நோய்

நோய் தீர்க்கும் யோகாசனங்கள்

டாக்டர் ர. மணிவாசகம்

எழுத்து வடிவம் : பா. வெங்கடரமணன்

நலம்

நோய் தீர்க்கும் யோகாசனங்கள்
Noi Theerkkum Yogasanangal

Tamil Text by : P. Venkataramanan

Nalam First Edition: September 2007
232 Pages
Printed in India.

ISBN: 978-81-8368-484-2
Title No. Nalam 035

Nalam
177/103, First Floor,
Ambal's Building, Lloyds Road,
Royapettah, Chennai 600 014.
Ph: +91-44-4200-9603

Email : support@nhm.in
Website : www.nhm.in

Author's Email: manira6@yahoo.co.in

Nalam is an imprint of New Horizon Media Private Limited

<u>சமர்ப்பணம்</u>

அம்மா லஷ்மி ரங்கசாமி

மற்றும்

ஷீரடி சாய் பாபாவுக்கு.

உள்ளே

முன்னுரை

வெற்றியே ஒவ்வொரு மனிதனின் விருப்பம். அது, வாழ்க்கையோ, தொழிலோ, விளையாட்டோ எதுவாக இருந்தாலும், வெற்றிபெற வேண்டும் என்றுதான் எல்லா மனிதனும் பாடுபடுகிறான்.

வெற்றிபெற்றவன் சந்தோஷம் அடைகிறான். தோல்வி அடைந்தவன் சிந்திக்கிறான். சில சமயங்களில், இந்தத் தோல்வியே அடுத்து ஒரு பெரிய வெற்றிக்குக் காரணமாக அமையலாம்.

மனம் இருந்தால் மார்க்கம் உண்டு என்று பெரியவர்கள் சொல்லியிருக்கிறார்கள். அந்த வகையில், மனத்துக்கும் வெற்றிக்கும் தொடர்பு உண்டு. மனம் மகிழ்ச்சியாகவும், தெளிவாகவும் இருந்தால்தான், எந்த ஒரு விஷயத்தையும் நல்லபடியாக முடிக்க முடியும்.

தெளிவான, மகிழ்ச்சியான மன நலத்துக்கு, உடல் நலன் மிகவும் முக்கியம். அந்த வகையில், உடலுக்கும் மனத்துக்கும் நெருங்கிய தொடர்பு உண்டு. தெளிவான மனம் வேண்டும் என்றால், உடல் நலம் நிச்சயமாக நன்றாக இருக்க வேண்டும் என்று திருமூலர் சொல்லியிருக்கிறார். அதாவது, முதலில் உடலை பாதுகாத்துக்கொண்டு, அதை அடிப்படையாக வைத்து மனத்தை சரி செய்துகொள்ளலாம் என்பதுதான் திருமூலரின் கருத்து.

அப்படி, ஒவ்வொரு மனிதனும் உடல் நலத்தைப் பேணிக்காப்பதற்கு முயற்சி தேவைப்படுகிறது. நம்முடைய உடல் நலம் நம் கையில்தான் இருக்கிறது என்று எப்போது ஒருவன் சிந்திக்கிறானோ அவனுடைய உடல் நலம் நிச்சயம் நன்றாக இருக்கும்.

அந்த வகையில், உடல் நலத்தைக் காக்கும் ஒரு நடைமுறை தான் யோகாசனம். இது, முனிவர்கள், ஞானிகள், முன்னோர்கள் உருவாக்கிய ஒரு கலை. ஒருகாலத்தில் எங்கோ ஒரு சில இடங்களில் மட்டுமே பயிற்றுவிக்கப்பட்ட யோகாசனங்கள், இன்று குக்கிராமங்களில்கூட பயிற்று விக்கப்படுகின்றன. அந்த அளவுக்கு, யோகாசனத்தின் முக்கியத்துவம் அதிகரித்துள்ளது.

இந்தப் புத்தகத்தில், கிட்டத்தட்ட அறுபது ஆசனங்கள் குறிப்பிடப்பட்டுள்ளன. அவை எல்லாம், மக்கள் எளிதில் புரிந்துகொண்டு, வீட்டிலேயே செய்யக்கூடிய அளவில் படங்களுடன் எளிமையாக விளக்கப்பட்டுள்ளன. எல்லோராலும், யோகாசனப் பயிற்சி நிலையங்களுக்குச் சென்று தொடர்ந்து பயிற்சிபெறுவதற்கான பொருளாதார வசதியோ, நேரமோ இருப்பதில்லை. அவர்களை மனத்தில் வைத்துத்தான், இந்தப் புத்தகம் எழுதப்பட்டுள்ளது.

இந்தப் புத்தகத்தை எழுதுவதற்கு எனக்கு உதவியாக இருந்த என் மனைவி டாக்டர் எம். தனபாக்கியலட்சுமி, படங் களுக்காக யோகாசனப் பயிற்சி செய்து உதவிய யோகசிரோன் மணி யோகாசாரியா எம். நரேந்திர சிரேஷ்தா, என். பவித்ரா சிரேஷ்தா, எம். சங்கீதா ஸ்ரீ, எம். ஸ்ரீசாய் பிரீத்தி, பி. முரளி வர்மா, எம். பதம், ஜி. ஐஸ்வர்யா மற்றும் என்னை வழி நடத்தும் என்னுடைய குரு செங்கல்பட்டு கிருஷ்ணமூர்த்தி உள்ளிட்ட அனைவருக்கும் என் நன்றி.

அன்புடன்,

டாக்டர் ர. மணிவாசகம்,
ஸ்ரீரமணா நேச்சுரோபதி, யோகா ரிசர்ச் பவுண்டேஷன்,
எக்ஸ் பிளாக், எண் : 23, ஹாரிசான் அபார்ட்மெண்ட்,
எண் : 1030, டி.எச். ரோடு, திருவொற்றியூர்,
சென்னை - 600 019.
போன் : **99412 43244, 99412 43494** (டாக்டர் எம். தனபாக்கியலட்சுமி)

ஓர் விண்ணப்பம்

இந்தப் புத்தகத்தில் நீங்கள் படிக்கப்போகும் தகவல்கள் மற்றும் நோய்கள் / பிரச்னைகளுக்கான ஆசனங்கள் உங்களுக்குத் தொடர்பு உடையதாக இருக்கலாம்.

ஆஹா, இந்தப் புத்தகத்தில் சொல்லப்பட்டிருப்பது போல் ஆசனங்களைச் செய்தால், நமக்கு உள்ள நோய்கள் / பிரச்னைகள் தீர்ந்துபோகும் என்று சிலர் நினைக்கலாம்.

அது சரிதான். அதாவது, இந்த நோய் / பிரச்னைக்கு இந்த ஆசனங்கள் என்று கிட்டத்தட்ட 35 விதமான நோய்கள் / பிரச்னைகள் பற்றியும் அவற்றுக்கான ஆசனங்கள் சொல்லப்பட்டுள்ளன. அவற்றை முறைப் படி செய்தால் நிச்சயம் பலன் உண்டு.

ஆனால், இந்தப் புத்தகத்திலேயே சொல்லப்பட்டிருக் கிறது. அதன்படி நமக்கு உள்ள நோய் / பிரச்னைக்கு ஏற்ற ஆசனங்களைச் செய்து பலன் பெறலாம் என்று நினைத்து ஆசனங்களைச் செய்ய வேண்டாம் என்பது டன், கூடாது என்பதுதான் சரியாக இருக்கும்.

அதாவது, இந்த நோய் / பிரச்னைக்கு இந்த ஆசனங்கள் செய்தால் பலன் உண்டு என்று குறிப்பிட்டுச் சொல் வதற்குத்தான் இந்தப் புத்தகம்.

ஆகவே, நீங்களே சுயமாக ஆசனங்கள் மற்றும் மூச்சுப் பயிற்சியைச் செய்யக் கூடாது.

அடுத்ததாக, அறுவைச் சிகிச்சை செய்து சில மாதங் களே ஆனவர்கள், மிகவும் வயதானவர்கள், கர்ப்பிணிப் பெண்கள், ரத்த அழுத்தம் உள்ளவர்கள்,

முதுகு வலியால் அவதிப்படுபவர்கள், ஆர்வம் காரணமாக புத்தகத்தைப் பார்த்து ஆசனங்களைச் செய்யக் கூடாது. ஏனெனில், ஒவ்வொரு ஆசனத்துக்கும் மாற்று ஆசனம் செய்து அதன் பிறகு, சவாசனம் செய்தால்தான் செய்த ஆசனத்தின் முழுப் பலனும் கிடைக்கும்.

ஆகவே, யாராவது ஒரு யோகாசன ஆசிரியர் மூலம், அவருடைய நேரடிக் கண்காணிப்பில் யோகாசனப் பயிற்சி மேற்கொள்வதுதான் சிறந்தது.

ஏனெனில், ஒவ்வொரு நபருடைய உடல் நிலைக்கு ஏற்றபடிதான் யோகாசனங்கள் செய்ய வேண்டும். அத்தகைய ஆசனங்கள் எவை என்பதை யோகாசன ஆசிரியரால்தான் தீர்மானிக்க முடியும். மேலும், தகுந்த ஆசிரியர் இல்லாமல், தவறான ஆசனத்தைத் தொடர்ந்து செய்தால், வேதனைதான் வரும். பிரச்னை தீராது.

யோகாசனம் செய்யலாம் என்று முடிவு செய்வதில் எந்தத் தவறும் இல்லை. அந்த எண்ணம் வந்தவுடன், நேரடியாக திறமையான, தகுதியான ஒரு யோகாசன ஆசிரியரிடம் சென்று உங்களுடைய தேவை என்ன என்பதைத் தெளிவாகச் சொல்லிவிடவும். மேலும், உங்களுக்கு உள்ள பிரச்னைகள் / நோய்கள் பற்றியும் மறைக்காமல் சொல்ல வேண்டும். அப்போதுதான், உங்களுக்கு உரிய சரியான ஆசனங்களை அவர் தேர்ந்தெடுத்து பயிற்சி அளிப்பார்.

உங்கள் உடல் நலன், உங்கள் கையில்!

யோகாவைப் புரிந்துகொள்வோம்

1

யோகா என்றவுடன் முதலில் நம்முடைய ஞாபகத்துக்கு வருபவர் பதஞ்சலி முனிவர். யோகாசனம் விஷயத்தில், உலக மக்கள் அனைவருக்கும் முதல் வழிகாட்டி அவர்தான். எதிர்காலத்தில், மனிதன் பலவித உடல் மற்றும் மனரீதியான பிரச்னைகளுக்கு ஆளாகக்கூடும் என்று முன்கூட்டியே அவர் யோசித்துப் பார்த்திருக்க வேண்டும். அதன் விளைவாக, அனைத்துவிதமான பிரச்னைகளில் இருந்து அவனை அவனே மீண்டு எடுத்து வருவதற்கான யோக சூத்திரங்களை அவர் உருவாக்கினார்.

இயமம், நியமம், ஆசனம், பிராணாயாமம், பிரத்யாகாரம், தாரணை, தியானம் மற்றும் சமாதி என்று அவர் உருவாக்கிய எட்டு சூத்திரங்களை மனிதன் தன்னுடைய வாழ்நாளில் கடைப்பிடிக்க

வேண்டும். அப்படி, தவறாமல் கடைப்பிடிக்கும்பட்சத்தில், அவனுக்கு எந்தவிதமான பிரச்னைகளும் வராது; அப்படியே வந்தாலும், அவற்றில் இருந்து மீண்டு சந்தோஷமான, நிம்மதியான வாழ்வை வாழலாம் என்பதே பதஞ்சலி முனிவருடைய கருத்து.

பதஞ்சலி முனிவர் சொல்லிவிட்டுச் சென்ற இந்த எட்டு சூத்திரங்களையும் ஒரு மனிதனால் தன் வாழ்நாளில் கடைப் பிடிக்க முடியுமா? இந்தக் கேள்விக்கு என்ன பதில் சொல்வது?

வாழ்க்கைச் சூழ்நிலை உள்ளிட்ட பல்வேறு சுற்றுச்சூழல் காரணிகளால், எல்லா மனிதர்களாலும் இந்த எட்டு சூத்திரங் களையும் முழுமையாகக் கடைப்பிடிக்க முடியாது. ஆனால், ஒரு சிலரால் இது முடிந்திருக்கிறது. இன்றைய காலகட்டத் திலும், இது சாத்தியமே என்பதை சிலர் உணர்த்தியிருக்கிறார் கள். அதே நேரத்தில், இந்த எட்டு சூத்திரங்களையும் முழுமையாகக் கடைப்பிடிக்க முடியாவிட்டாலும், சூத்திரங் களின் பல்வேறு நிலைகளைத் 'தொட்டுப் பார்க்க' முடியும்.

பதஞ்சலி முனிவர் சொன்ன எட்டு சூத்திரங்களின் நிலை களைத் தொட்டுப்பார்த்தாலே போதும், அதுவே ஒரு மனிதனுக்குத் தேவையான 'அனைத்தும்' கிடைப்பதற்கான வழியைக் காட்டும் என்பதுதான் இன்றைய யோகாசன ஆசிரியர்களின் உறுதியான கருத்து.

ஆக, மனிதன் முதலில் மனது வைக்க வேண்டும். மனம் இருந்தால் மார்க்கம் உண்டு என்று பெரியவர்கள் சொன்னது எவ்வளவு பெரிய உண்மை. நினைத்தால் நிச்சயம் சாதிக்க முடியும் என்ற நிலையை, இந்த உலகில் வாழும் அனைத்து ஜீவராசிகளில் மனிதனுக்கு மட்டுமே இறைவன் கொடுத் திருக்கிறான். ஆகவே, மனிதன் தன்னைத்தானே உணர்ந்து, தனது பலம் என்ன என்பதை முதலில் புரிந்துகொள்ள வேண்டும். அப்போதுதான், அவன் சாதனை படைக்கும் மனிதனாகிறான்.

மனிதன் உருவாகிறான், உருவாக்கப்படுகிறான் என்பதைத் தன் வாழ்நாளின் கடந்த காலத்தைத் திரும்பிப் பார்க்கும் போது அது உண்மைதான் என்பதை மனிதன் உணருகிறான், வியக்கிறான்.

எல்லாம் சரி. பதஞ்சலி முனிவர் சொல்லியிருக்கும் அந்த எட்டு சூத்திரங்களைத் 'தொட்டுப்பார்க்க' மனிதன் மனது வைத்துவிட்டான். ஆனால், அந்த எட்டு சூத்திரங்கள் என்ன? இயமம், நியமம், ஆசனம், பிராணாயாமம், பிரத்யாகாரம், தாரணை, தியானம் மற்றும் சமாதி என்று வெறும் தலைப்பு மட்டும்தானே இருக்கிறது. அவை ஒவ்வொன்றைப் பற்றி யும் ஓரளவுக்காவது சுருக்கமாகச் சொல்லக்கூடாதா? என்று கேட்பது புரிகிறது. இதோ அவற்றைப் பற்றிப் பார்ப்போம்.

1. இயமம்

ஒழுக்கத்தைப் பின்பற்ற வேண்டும் என்று அறிவுறுத்துவது தான் இயமம். ஒருவன் எவ்வளவுதான் படித்திருந்தாலும், ஒழுக்கம் இல்லையென்றால் அவனால், வாழ்க்கையில் உயர முடியாது. மேலும், அவன் படித்த படிப்பால் எந்த உப யோகமும் இருக்காது. மனம்தான், ஒவ்வொரு மனிதனுக்கும் சிகரம். மனிதன் மனிதனாக இருக்க வேண்டும் என்றால், மனத்தளவில் தூய்மையானவனாக, ஒழுக்கமானவனாக இருக்கவேண்டும். மனத்தில் மாசு இல்லாதவன்தான் மனிதன் என்கிறார் திருவள்ளுவர்.

வாழ்க்கையில் முன்னேற வேண்டும் என்ற கனவு இருக்க வேண்டும். நல்ல எண்ணங்களே நம்மை உயர்த்தும். எதிர் மறையான எண்ணங்கள், எவ்வளவுதான் முயற்சித்தாலும் ஒரு மனிதனை முன்னேறவே விடாது. தானும் நன்றாக இருக்க வேண்டும், மற்றவர்களும் நன்றாக இருக்க வேண்டும் என்று நினைப்பது பொதுநலம். இப்படி நினைத் தால், யாருக்கும் பிரச்னை இல்லை. ஆனால், தான் மட்டும் நன்றாக இருக்க வேண்டும். மற்றவர்கள் எக்கேடு கெட்டா லும் பரவாயில்லை என்பது சுயநலம். இது, அப்படி நினைப் பவனையும் முன்னேற விடாது. மற்றவர்களுக்கும் பிரச்னை தான். ஆக, எண்ணம் தூய்மையானதாக இருக்க வேண்டும்.

ஆசையை அடக்கினால் உயர்வு நிச்சயம் என்று சொல்லி, செயலிலும் அதைப் பலர் காட்டிவிட்டுச் சென்றிருக்கிறார் கள். மனத்தை விட்டு ஆசைகள் விலகும்போது, அங்கே பல உண்மைகள் புலப்படும். அப்படித்தான், புத்தருக்கு உண்மைகள் புலப்பட்டு, உலகத்துக்குப் பல நன்மைகள் கிடைத்தன. அவற்றில் ஒன்றுதான் அன்பு போதித்தல்.

அன்பினால், எதையும் சாதிக்கலாம் என்று உலகுக்கு உணர்த்தியவர் புத்தர்.

ஆக, மனக்கட்டுப்பாடு, ஆசையை அழித்தல், உண்மை பேசுதல், அன்பு இவை இருந்தால் சாதிக்க முடியும் என்றாலும், இவற்றுக்கு அடுத்து இன்னொரு முக்கியமான அம்சமும் உள்ளது. அது, அஹிம்சை. மற்ற உயிர்களையும் உன் உயிர்போல் நேசி என்பதுதான் இதன் கருத்து. இது, நம் தேசத் தந்தை மகாத்மா காந்தி, உலக மக்களுக்கு உணர்த்திய போதனை.

உன்னால், மற்ற உயிர்களுக்கு எந்தப் பிரச்னையும் இல்லை என்றால், நீயே ஒரு நல்ல மனிதன். இதுதான், பல ஞானிகளும் சொல்லியிருக்கிறார்கள். அஹிம்சையைத் தேடி நாம் எங்கும் போக வேண்டாம். அது ஒவ்வொரு மனிதனுக்குள்ளும் இருக்கிறது. ஆனால், அது அந்தந்த மனிதனுடைய வாழ்க்கைச் சூழ்நிலையைப் பொறுத்து வெளிப்படுகிறது. தன்னுடைய வாழ்க்கைச் சூழ்நிலை எப்படிப்பட்டதாக இருந்தாலும், மற்றவர்களிடம் அஹிம்சையைக் காட்டும் மனிதன்தான் வாழ்க்கையில் உயருகிறான்; மற்றவர்களால் பாராட்டப்படுகிறான்; நேசிக்கப்படுகிறான்.

ஆக, யோக சூத்திரத்தின் முதன் நிலையான இயமம் என்பது, மனக்கட்டுப்பாடு, ஆசையை விலக்குதல், உண்மை, அன்பு, ஒழுக்கம் ஆகியவற்றை உணர்த்தும் நிலையாகும். இயமம் சொன்னவற்றைக் கடைப்பிடித்தால், வாழ்க்கையில் நிச்சயம் உயரலாம்.

2. நியமம்

நாம் எப்படி ஒழுக்கமாக இருக்க வேண்டும் என்பதைத் தெரிந்துகொள்வதுதான் நியமம். அதன்பிறகு, அந்த ஒழுக்கத்தின் மூலம், மனத்தை எப்படி அலைபாயாமல் கட்டுப்படுத்துவது; தூய்மையான எண்ணங்களை மனத்தில் ஏற்படுத்திக் கொள்வது; மனத்தை எப்படி செழுமைப்படுத்திக்கொள்வது என்பது போன்ற நல்ல பழக்கவழக்கங்களைக் கடைப்பிடிப்பதுதான் நியமம்.

மனம் தூய்மையாக இருந்தால், எல்லாம் தூய்மையாக இருக்கும். சுத்தம் சுகம் தரும் என்று பெரியவர்கள் சொன்னதில்

ஆச்சரியம் இல்லை. மனம் சந்தோஷமாகவும், தெளிவாக வும் இருந்தால், எல்லா விஷயங்களும் எந்தப் பிரச்னையும் இல்லாமல் சுமுகமாக முடியும். மனம்தான், மனிதனின் கண்ணாடி. நமக்கு நம்மைக் காட்டி நம்மை தெளிவுபடுத்து வது மனம்தான். நாம் அழகாக இருப்பதும், அசிங்கமாக இருப்பதும் நமது மனநிலையைப் பொருத்துத்தான் அமை கிறது. தெளிவான மனமே தெளிவான சிந்தனையைக் கொடுக்கும்.

3. ஆசனம்

உடலை ஒரு குறிப்பட்ட நிலையில் நிறுத்தி வைப்பதற்கு ஆசனங்கள் என்று பெயர். ஆசனங்களை, நோயாளிகளும் செய்யலாம்; நோய் இல்லாதவர்களும் செய்யலாம். ஆசனங் களை, கைகண்ட மருந்து, எல்லா நோய்களுக்கும் நிவாரணி என்றுகூட சொல்லலாம். ஆசனங்களை முறையாகவும் சரியாகவும், குறிப்பிட்ட நேரத்தில் செய்தால், நம் உடல் சீராக இருக்கும்.

மனிதனுக்கு இறைவன் கொடுத்த வரங்களில் முக்கியமானது பசி எடுத்தல். பசிக்கும்போது, எளிதில் ஜீரணம் ஆகக்கூடிய உணவைச் சாப்பிட்டாலே போதும், வாழ்நாள் முழுவதும் நோய் இல்லாமல் சந்தோஷமாக இருக்கலாம். குறிப்பிட்ட நேரத்தில், குறிப்பட்ட உணவை சரியான அளவில் சாப்பட்டால் உடலுக்கு நிச்சயம் நன்மை ஏற்படும். ஆனால், சரியான நேரத்தில் தவறான உணவையும், தவறான நேரத்தில் சரியான உணவையும் சாப்பிட்டால் அதனால் எந்தப் பலனும் இல்லை. அது விஷத்தைச் சாப்படுவதற்குச் சமம் என்பதை எல்லோரும் உணர வேண்டும்.

சரியான உணவுடன், யோகாசனமும் செய்து வந்தால் நோய் வரும்முன் நம்மைத் தற்காத்துக்கொள்ளலாம். சாப்பிட்ட உணவு ஜீரணமாகி, அதில் உள்ள சத்துகள் உடலில் சேர்ந்தால்தான் உடல் இயக்கத்துக்குத் தேவையான சக்தி கிடைக்கும். அப்படி, சாப்பிட்ட உணவு சரியாக ஜீரண மாவதற்கு யோகாசனங்கள் மிகவும் உதவியாக இருக்கின் றன. அந்த வகையில், சாப்பிடும் உணவுக்கும் யோகாசனங் களுக்கும் நெருங்கிய தொடர்பு உண்டு.

4. பிராணாயாமம்

பிராணன் என்றால் மூச்சு. யாமம் என்றால் ஒழுங்குபடுத்து தல். அதாவது, நம்முடைய சுவாசத்தைக் கட்டுப்படுத்தி ஒழுங்குபடுத்துவதுதான் பிராணாயாமம். இதை, மூச்சுப் பயிற்சி என்றும் சொல்லலாம். நுரையீரலைப் பலப்படுத்தி, சுவாசப் பிரச்னைகளைத் தீர்க்ககூடிய சக்தி இந்த பிராணா யாமத்துக்கு உண்டு. ஆஸ்துமா நோயாளிகளுக்கும் ஒரு வரப்பிரசாதம் என்றால் அது பிராணாயாமம்தான்.

நமது உடலில் உள்ள ரத்தம் பல்வேறு காரணங்களால் அசுத்த மாகிறது. அதனால், ஏராளமான நோய்கள் ஏற்படுகின்றன. அந்த வகையில், ரத்தத்தை சுத்தப்படுத்தக்கூடிய வழிமுறை களில், செலவே இல்லாமல் நமக்கு நாமே செய்து வெற்றி பெறக்கூடிய ஒரே வழிமுறை பிராணாயாமம் மட்டுமே. பிராணாயாமத்தில் பலமுறைகள் உள்ளன. பிராணாயாமம் என்ற மூச்சுப்பயிற்சியை, முறையாக ஓர் ஆசிரியரிடம் பயின்று, பிறகு தனியாக பயிற்சி செய்யலாம். மூச்சுப் பயிற்சியை தவறாகச் செய்யுப்பட்சத்தில் பிரச்னைகள்தான் உருவாகும்.

5. பிரத்யாகாரம்

இந்த பிரத்யாகாரம் என்பது முற்றிலும் மனம் சம்பந்தப்பட்ட பயிற்சி. நம்முடைய மனத்தை, கடிவாளம் இல்லாத குதிரை என்று சொல்லலாம். உடல் ஒரு நிலையில் இருந்தாலும், மனம் அலைபாய்ந்துகொண்டே இருக்கும். காற்றின் வேகத்தைவிட மனத்தின் வேகம் பல மடங்கு அதிகம் என்று சொல்வார்கள். வெளிவிவகாரங்களில் இருந்து மனத்தை விலக்கி, ஐம்புலன்களையும் அடக்கி, எல்லாம் ஒன்றுதான் (இறைவன்) என்று உணரும் நிலையை பிரத்யாகாரம் என்று சொல்லலாம்.

6. தாரணை

மனத்தை செம்மையாக்கி ஒருமுகப்படுத்துவதை தாரணை என்று சொல்லலாம். இயமம், நியமம், ஆசனம், பிராணா யாமம் போன்றவற்றைக் கடந்தபிறகுதான், தாரணை என்ற நிலையை எட்ட முடியும்.

7. தியானம்

எண்ணம் நன்றாக இருந்தால், செயலும் நன்றாக இருக்கும். நினைத்ததை முடிக்கலாம். இது எல்லோருக்கும் தெரிந்த ஒன்றுதான். அப்படி, நினைத்தலை மையமாகக் கொண்டது தான் தியானம். எதை நினைக்கிறாயோ அதுவாகவே ஆகிறாய் என்ற வாக்கியத்துக்கு சரியான சான்று தியானம் தான். பலதரப்பட்ட எண்ணங்களை ஒருமுகப்படுத்தி செயல் படும்போது, ஒரு நல்ல விஷயம் கிடைப்பதுடன், உடலுக் குத் தேவையான சக்தியும் கிடைக்கிறது. அதாவது, மனிதனுக்கு மிகப்பெரிய ஆற்றலைக் கொடுப்பது தியானம் தான்.

8. சமாதி

ஒவ்வொரு மனிதனின் தனிப்பட்ட முயற்சிக்குக் கிடைக்கும் மாபெரும் பரிசுதான் சமாதி நிலை. முதலில் ஒவ்வொரு மனிதனும் தன்னை (மனத்தை) வெல்லக் கற்றுக்கொள்ள வேண்டும். அப்படி தன்னையே வென்றவர்களுக்குக் கிடைக்கும் நிலைதான் சமாதி. இன்னும் தெளிவாகச் சொல்ல வேண்டும் என்றால், பரமாத்மாவோடு இரண்டறக் கலக்கும் நிலைதான் சமாதி. மனிதனின் இறுதியான உன்னதமாக நிலைதான் சமாதி.

மனிதனாகப் பிறந்த எல்லோரும் ஏதாவது ஒரு செயலைச் செய்து தன்னை அடையாளம் காட்டிக்கொள்கிறான். எதுவும் தெரியாமல் பிறக்கும் மனிதன், உடலையும் உள்ளத்தையும் மேம்படுத்தும் முறைகளை அறிந்துகொண்டு பிறவி எடுத்ததன் பலனை அடையப் போராடுவதற்குக் கிடைத்த இந்த எட்டு வகை ஆயுதங்களைப் பயன்படுத்திக்கொள் பவனை உலகமே வழிபடும் என்பதில் சந்தேகம் இல்லை.

முயற்சியே வெற்றி!

பிராணாயாமம் (மூச்சுப் பயிற்சி)

பிராணன் + யாமம் = பிராணாயாமம். பிராணன் என்றால் உயிர் மூச்சு. யாமம் என்றால் வழிப்படுத்துதல். அதாவது, மூச்சைக் கட்டுப்படுத்தி தன் கட்டுப் பாட்டுக்குள் கொண்டுவருதல் என்று பொருள்.

பிராணாயாமம் = மூச்சுப் பயிற்சி.

சரியான அளவில் மூச்சை உள் இழுத்து வெளிவிடுதல் ; சரியான அளவு மூச்சை உள் நிறுத்துதல் ; வேகமாக வெளிவிடு தல்; மூச்சில் மெதுவான அதிர்வுகள் உண் டாக்குதல் என பிராணாயாமத்தில் (மூச்சுப் பயிற்சி) பல முறைகள் உள்ளன.

2

மூச்சை உள் இழுத்து நிறுத்துவதை கும்ப கம் என்றும், மூச்சை வெளிவிடுவதை ரேசகம் என்றும் சொல்கிறார்கள்.

பிராணாயாமத்தில் பதினோரு முறைகள் உள்ளன. அவை:

1. ஏக நாடி சுத்தி
2. நாடி சுத்தி (அ) சுகப்பூர்வ
3. பஸ்திரிகா
4. கபாலபதி
5. ஷீதலி
6. சீத்காரி
7. உஜ்ஜயி
8. சூர்யபேதனா
9. சந்திரபேதனா
10. அனுலோமாவிலோமா
11. பிரம்மரி

மேற்கண்ட 11 முறைகளைப் பற்றி விரிவாகப் பார்க்கலாம்.

1. ஏக நாடி சுத்தி

பத்மாசனத்திலோ அல்லது வஜ்ராசனத்திலோ, மார்பு சுருங்காமல் விரித்தபடி முதுகை நேராக வைத்து உட்காரவும். இடது கையை, சின்முத்திரையில், இடது கால் தொடையில் வைக்கவும். வலது கையில் ஆள்காட்டி விரலையும், நடு விரலையும் மடக்கி (பிருகி முத்திரை அல்லது விஷ்ணு முத்திரை). வலது நாசியை பெருவிரலாலும், இடது நாசியை மோதிர விரலாலும் மூடவும்.

முதலில் வலது பக்க நாசியை பெருவிரலால் மூடிக்கொண்டு, இடது நாசி வழியாக மூச்சை உள் இழுத்து, மெதுவாக அதே நாசி வழியாக காற்றை வெளிவிடவும். இவ்வாறு பன்னிரெண்டு முறை செய்யவும். பிறகு, மோதிர விரலால் இடது நாசியை மூடி வலது நாசி வழியாக மூச்சை உள் இழுத்து, அதே நாசி வழியாக வெளிவிடவும். இவ்வாறு பன்னிரெண்டு முறை செய்யவும்.

2. நாடி சுத்தி (அ) சுகப்பூர்வ

பத்மாசனத்தில் அல்லது வஜ்ராசனத்தில் நேராக நிமிர்ந்து உட்காரவும். இடது கையை சின்முத்திரையில் இடது

தொடையில் வைக்கவும். வலது கை பெருவிரலால் வலது நாசியை மூடி இடது நாசி வழியாக மூச்சை மெதுவாக உள் இழுக்கவும். மனத்தில் 1, 2, 3, 4 என்று எண்ணிக்கொண்டே மூச்சை உள் இழுக்கவும். பிறகு, இடது நாசி மூடி, வலது நாசியைத் திறந்து மூச்சை மெதுவாக வெளிவிடவும். அப்போது 1,2,... என 8 வரை மனத்துக்குள் எண்ணிக்கொள்ள வேண்டும். பிறகு, மூச்சை வெளிவிட்ட அதே வலது நாசி வழியாக 4 வரை எண்ணிக்கொண்டு மூச்சை உள் இழுக்கவும். பிறகு, இடது நாசி வழியாக 8 வரை எண்ணிக் கொண்டே மூச்சை மெதுவாக வெளிவிடவும்.

இந்த மூச்சுப் பயிற்சியை மெதுவாகவும், எந்த கஷ்டமும், பதற்றமும் இல்லாமல் செய்ய வேண்டும். ஆறு முதல் ஒன்பது முறை இந்தப் பயிற்சியை செய்யலாம்.

3. பஸ்திரிகா

உடலை முன்பக்கமாகச் சாய்த்தபடி, பத்மாசனத்தில் உட்காரவும். இரண்டு கைகளையும் கால் முட்டியின் மீது வைக்கவும். வேகமாக மூச்சை உள் இழுத்து, இன்னும் அதிக வேகத்தில் மூச்சை வெளிவிடவும். மூச்சை உள் இழுக்கும்போது, வயிறு வெளியே வர வேண்டும். மூச்சை வெளிவிடும்போது, வயிறு உள்ளே செல்ல வேண்டும். இவ்வாறு மூச்சை வேகமாக உள் இழுத்து வேகமாக வெளிவிடும்போது, வயிறு உள்ளேயும் வெளியேயும் சென்று வர வேண்டும். இப்படி வேகமாக மூச்சில் இருபது முறை செய்துவிட்டு கொஞ்சம் ஓய்வு எடுக்கலாம். ஓய்வுக்குப் பிறகு சீரான மூச்சில் கொஞ்ச நேரம் இருந்துவிட்டு, பழையபடி மூன்று முறை செய்யவும்.

4. கபாலபதி

முதலில், நீண்ட சுவாசத்தில் மெதுவாக மூச்சை உள் இழுத்து மெதுவாக வெளிவிடவும். பிறகு, மூச்சை உள் இழுத்து, வயிறை இறுக்கி உள்பக்கமாக இழுத்து மூச்சை வேகமாக வெளிவிட வேண்டும். இப்படி இரண்டு முறை செய்ய வேண்டும்.

5. ஷீதலி

முதலில், இரு நாசிகள் வழியாகவும் மூச்சை மெதுவாக உள் இழுத்து மெதுவாக வெளிவிடவும். இப்படி மூன்று முறை

செய்த பிறகு, நாக்கை குழல் போல் மடிக்கவும். அதாவது, நாக்கை இருபுறமும் மடித்து வெளியே நீட்டவும். மடித்த நாக்கின் வழியே காற்றை மெதுவாக உள் இழுக்கவும். பிறகு, வாயை மூடி உள் இழுத்த காற்றை இரு நாசிகளின் வழியே வெளிவிடவும்.

6. சீத்காரி

இரண்டு பல் வரிசைகளையும் ஒன்றோடு ஒன்று அழுத்த மாகப் பதிய வைத்து, வாயைக் கொஞ்சமாகத் திறந்து நாக்கின் உதவியோடு காற்றை மெதுவாக உள் இழுக்கவும். பிறகு வாயை மூடிக்கொண்டு இரு நாசிகளின் வழியே வெளி விடவும்.

7. உஜ்ஜயி

முதுகை வளைக்காமல் நேராக வைத்துக்கொண்டு உட்கார வும். பிறகு, இரு நாசிகள் வழியே மூச்சை மெதுவாக இழுத்து, இரு நாசிகளையும் விஷ்ணுமுத்ராவில் மூடி, தலை குனிந்து மூச்சை சிறிது நேரம் கும்பகத்தில் நிறுத்த வேண்டும். பிறகு, தலையை உயர்த்தி இடது நாசி வழியாக சுவாசத்தை வெளியேற்ற வேண்டும்.

8. சூர்யபேதனா

முதுகை நேராக வைத்துக்கொண்டு உட்காரவும். வலது நாசி வழியே மூச்சை உள் இழுத்து, சிறிது நேரத்துக்கு உள்ளேயே நிறுத்திவைக்கவும். அதாவது, மூச்சு முட்டக்கூடிய நிலை வரை மூச்சை அடக்கி வைத்து பிறகு, இடது நாசி வழியாக மூச்சை வெளிவிட வேண்டும்.

9. சந்திரபேதனா

இடது நாசி வழியாக மூச்சை உள் இழுத்து, சூர்யபேதனா வில் செய்ததுபோல் மூச்சை உள்ளேயே நிறுத்திவைத்தி, பிறகு வலது நாசி வழியாக மூச்சை வெளிவிட வேண்டும்.

10. அனுலோமாவிலோமா

வலது நாசியை மூடி இடது நாசி வழியாகக் காற்றை இழுத்து, இரு நாசிகளையும் மூடி சிறிது நேரம் மூச்சை

நிறுத்திவைத்து வலது நாசி வழியாக வெளிவிடவும். அதே போல், வலது நாசி வழியாக மூச்சை உள் இழுத்து நிறுத்தி இடது நாசி வழியாக வெளியேற்றவும். இவ்வாறு செய்யும் போது முக்கியமாக ஒன்றைக் கவனிக்க வேண்டும்.

மூச்சை உள் இழுக்கும்போது 4 வரை எண்ண வேண்டும். உள் நிறுத்தும்போது 16 வரை எண்ண வேண்டும். வெளிவிடும் போது 8 வரை எண்ண வேண்டும். அதாவது, எவ்வளவு நேரம் மூச்சை உள் இழுக்கிறோமோ அதைப்போல் நான்கு மடங்கு நேரம் மூச்சை உள் நிறுத்த வேண்டும். இரண்டு மடங்கு நேரம் மூச்சை வெளிவிட வேண்டும்.

11. பிரம்மரி

இரு நாசிகளின் வழியே மூச்சை மெதுவாக உள் இழுத்து பிறகு இரு ஆள்காட்டி விரல்களால் இரு காதுகளையும் மூடி, பிறகு வாயையும் மூடி, 'ம்' என்ற ஓசையை உள்ளுக் குள்ளேயே உருவாக்கி, மூச்சை இரு நாசிகளின் வழியே வெளிவிட வேண்டும். 'ம்' என்ற ஓசையை, தொண்டையில் இருந்து அதிரும்படி சொல்ல வேண்டும்.

பிராணாயாமத்தின் பலன்கள் :

பிராணாயாமத்தின் மிக முக்கியமான பலன், உடலில் இருந்து கழிவுகள் வெளியேற்றப்படுவதுதான். சுவாசம் செல்லும் பாதையான மூக்கு முதல் நுரையீரல் வரை உள்ள அனைத்துப் பகுதியிலும் உள்ள கழிவுகளை அகற்றி, சுத்தம் செய்து, வலுப்படுத்தி நுரையீரலைப் பாதுகாக்கிறது.

மூச்சை உள் நிறுத்து மெதுவாக சுவாசித்து செய்யும் பயிற்சி களால், ரத்த ஓட்டத்தில் அழுத்தமும் வேகமும் ஏற்படும். இவ்வாறு செய்யும்போது, உடல் முழுவதும் ஆக்ஸிஜன் சென்று சேருவதும், உடலில் இருந்து கார்பன்-டை-ஆக்ஸைடு வேகமாக வெளியேறுவதும் என உடல் ஆரோக்கி யமாக இருக்க உதவுகிறது.

சுவாசத்துடன் வயிறு அசையும் பயிற்சிகளின்போது, வயிறு, கல்லீரல், கணையம் என வயிற்றில் உள்ள அனைத்து உறுப்பு களும் சீரான முறையில் செயல்பட இந்த பிராணாயாமம் உதவுகிறது. உடலில் ஏற்படும் அதிக சூடு, அதிகக் குளிர்ச்சி போன்ற நிலைகளைச் சமன்படுத்துகிறது.

முகத்தைப் பொலிவுடன் வைக்க உதவுகிறது. மலச்சிக்கல் வராமல் பாதுகாக்கிறது. உடலில் உள்ள அனைத்து உறுப்பு களுக்கும் பிராண வாயு (ஆக்ஸிஜன்) சரியான அளவில் செலுத்தப்படும்போது, அவை புத்துணர்வு பெற்று, அவற்றின் செயல்திறன் அதிகரிக்கிறது. பிராணாயாமத்தின் மூலம் மூளை செல்களுக்கு ஆக்ஸிஜன் செல்வதால், தொடர்ந்து ஏற்படும் தலைவலி, டென்ஷன், மயக்கம், மறதி போன்ற பிரச்னைகளில் இருந்து விடுதலை பெறலாம்.

பந்தங்கள்

ஆசனங்கள் மற்றும் பிராணாயாமங்களுடன் பந்தங்கள் செய்யும்போதுதான், நமது உடலில் மறைந்துள்ள ஜீவ சக்தியை (குண்டலினி) உணர முடியும். 'பந்த்' என்றால் இறுக்குதல் என்று பொருள்.

பந்தங்கள் நான்கு வகைப்படும். அவை :

1. ஜலேந்திர பந்தம்

மூச்சை வெளிவிட்ட பிறகு, மூச்சை மீண்டு உள் இழுத்து, தொண்டைப் பகுதியை இறுக்கி, தலையைக் குனிந்து மார்புப் பகுதி தாடை தொடும்படி வைத்து, மூச்சை நிறுத்தவும்.

2. ஒட்டியாண பந்தம்

மூன்று முறை மூச்சை நன்றாக உள் இழுத்து, மூக்கு மற்றும் வாய் வழியாக மூச்சை வெளிவிட வேண்டும். பிறகு, மூச்சை உள் இழுக்காமல், வயிற்றுத் தசைகளை இறுக்கி மேலே தூக்கவும். அடுத்து வயிற்றை உள் இழுத்துப் பிடிக்கவும். பிறகு, வயிற்றுப் பகுதி இறுக்கத்தைத் தளர்த்தி மூச்சை உள் இழுக்கவும்.

3. மூல பந்தம்

பத்மாசனத்தில் உட்கார்ந்து, மூச்சை உள் இழுக்கவும். பிறகு மூச்சை வெளிவிடும்போது, ஆசனவாயை சுருக்கி உள் இழுக்க வும். அதேநிலையில் கொஞ்ச நேரம் இருக்க வேண்டும்.

4. மஹா பந்தம்

மேற்கண்ட மூன்று பந்தங்களையும் ஒரே நேரத்தில் செய்வது தான் மஹா பந்தம்.

கிரியைகள்

கிரியை என்றால் சுத்தம் செய்வது என்று பொருள். நமது உடலைச் சுத்தம் செய்வதற்குக் கிரியை என்று சொல்லலாம். இது, ஆறு வகைப்படும் (ஷட்கிரியை). அவற்றைப் பற்றி விரிவாகப் பார்ப்போம்.

1. ஜலநேத்தி

மூக்கு உள்ள பாத்திரத்தில் 200 மி.லி. தண்ணீர் எடுத்து நன்றாகக் கொதிக்க வைக்கவும். பிறகு அதை ஆற வைத்து, அதில் அரை ஸ்பூன் உப்பு சேர்த்து கலக்கவும். பிறகு, பாத்திரத்தின் மூக்குப் பகுதியை நம்முடைய மூக்கின் வலது நாசியில் வைத்து, உப்பு கலந்த தண்ணீரை மூக்குக்குள் செலுத்தவும். இப்படி வலது நாசி வழியே உள்ள செல்லும் தண்ணீர், இடது நாசி வழியே வெளியேறும். இப்படி இரு நாசிகளிலும் மாறி மாறிச் செய்ய வேண்டும். எக்காரணம் கொண்டும், தண்ணீர் உள்ளே போகும் போது மூக்கை உறிஞ்சக் கூடாது.

2. சூத்ர நேத்தி

இதற்கு ஒரு மெல்லிய ரப்பர் குழாய் தேவைப்படும். சைக்கிள் வால்டியூப் போன்று மிகவும் மெல்லியதாக அந்தக் குழாய் இருக்க வேண்டும். ரப்பர் குழாய் எண்ணெய்யைத் தேய்த்து, மூக்கின் வலது நாசிக்குள் செலுத்தவும். உள்ளே செலுத்தப் படும் அந்தக் குழாயின் நுனி, வாயின் மேல் பகுதியைத் தொடும். அப்போது, வாய்க்குள் கையை விட்டு, குழாயின் நுனியைப் பிடித்து வெளியே இழுக்கவும்.

அதாவது, ரப்பர் குழாயின் ஒரு நுனி வலது நாசிக்கு வெளியேயும், இன்னொரு பக்க நுனி, வாயிலும் இருக்கும். இப்போது, ரப்பர் குழாயை இரு கைகளால் பிடித்து மேலும் கீழும் இழுக்க வேண்டும்.

(இந்த கிரியை, மூக்குத் துவாரம் மற்றும் வாய்ப் பகுதியை சுத்தம் செய்வதற்கானது).

3. வஸ்த்ர தௌதி

மூன்று அங்குல அகலமும், 15 அடி நீளமும் உள்ள ஒரு மெல்லிய துணியை உப்புத் தண்ணீரில் நனைக்கவும். பிறகு,

அதன் ஒரு நுனியை வாயில் வைத்து மெதுவாக விழுங்கவும். கஷ்டமாக இருந்தால், கொஞ்சம் தண்ணீர் குடித்துவிட்டு துணியை விழுங்கவும். துணியின் மற்றொரு நுனியைக் கையில் பிடித்துக் கொள்ளவும். எவ்வளவு முடியுமோ அவ்வளவு நீளம் துணியை விழுங்கிவிட்டு 2 நிமிடம் அப்படியே இருக்கவும். பிறகு, மெதுவாக துணியை வெளியே இழுக்கவும். துணியை முழுவதுமாக வெளியே எடுத்துவிட்டு, பால் மற்றும் தேன் சாப்பிட்டுவிட்டு கொஞ்ச நேரம் ஓய்வு எடுக்கவும்.

(இந்த கிரியை, உணவுக் குழாயை சுத்தம் செய்வதற்கானது).

4. குஞ்சலி கிரியை

ஒரு பெரிய பாத்திரத்தில் 2 லிட்டர் தண்ணீரை ஊற்றி அதில் உப்பு சேர்த்து நன்றாகக் கொதிக்க வைக்கவும். பிறகு, ஆறியதும் அந்தத் தண்ணீரை முதலில் டம்ளரால் எடுத்துக் குடிக்கவும். எவ்வளவு முடியுமோ அந்த அளவுக்குத் தண்ணீரைக் குடித்தவுடன், குனிந்து நின்றுகொண்டு வாயைத் திறந்து நடுவிரலால் உள்நாக்கைத் தொட்டு குடித்த தண்ணீர் முழுவதையும் வாந்தியாக வெளியில் எடுக்கவும்.

(இந்த கிரியையும் உணவுக் குழாயை சுத்தம் செய்வதற்கானது).

5. கபாலபதி

நிமிர்ந்து உட்கார்ந்து, காற்றை இரு நாசிகள் வழியாக நன்றாக உள் இழுக்கவும். பிறகு, வயிற்றை நன்றாக இறுக்கி உள்பக்கமாக இழுத்து சுவாசத்தை வேகமாக வெளியேற்ற வேண்டும்.

(இந்த கிரியை, கபாலம் (தலை) மற்றும் நுரையீரல் பகுதிகளை சுத்தம் செய்வதற்கானது).

6. சங்கபிரக்ஷலனா

இது, வயிற்றை சுத்தம் செய்வதற்காகச் செய்யப்படும் கிரியை.

சுமார் 500 மி.லி. தண்ணீரை நன்றாகக் கொதிக்க வைத்து அதில் உப்பைச் சேர்த்துக் கலக்கவும். தண்ணீர் கொஞ்சம்

சூடு ஆறியதும் குடிக்கவும். பிறகு, சில ஆசனங்களையும், உடற்பயிற்சிகளையும் செய்யவும்.

தடாசனம் செய்யும்போது, கால் விரல்களால் நிற்கவும்; நடக்கவும்.

புஜங்காசனம், மூன்று முறை செய்யவும்.

பிறகு, சூரிய நமஸ்காரம், அர்த்த மச்சேந்திராசனம், பவன முக்தாசனம் போன்ற இடுப்பை வளைத்துச் செய்யும் யோசானங்களைச் செய்யவும்.

மலம் கழிக்க வேண்டும் என்ற உணர்வு ஏற்பட்டால், அதை முடித்துவிடவும். இல்லையென்றால், மீண்டும் 500 மி.லி. தண்ணீர் குடித்துவிட்டு மேலே சொன்ன பயிற்சிகளைச் செய்யவும். மீண்டும் சென்று மலம் கழிக்கவும். அதாவது, மலம் தண்ணீராக வெளியேறும் வரை இந்தப் பயிற்சியைச் செய்யவும். பிறகு, ஒரு மணி நேரம் சவாசனம் செய்யவும். அதற்குப் பிறகு, எளிய முறையில் ஜீரணமாகக்கூடிய உணவைச் சாப்பிட வேண்டும்.

இந்தப் பயிற்சியை முடித்த 12 மணி நேரத்துக்கு எண்ணெய், மசாலா சேர்த்த உணவுகளைச் சாப்பிடக் கூடாது.

நோய் தீர்க்கும் யோகாசனங்கள்

3

யோகாசனத்தை உருவாக்கிய பதஞ்சலி முனிவர், எத்தனைவிதமான ஆசனங்களை உருவாக்கினார் என்பதற்குத் தெளிவான தகவல் இல்லை. ஆனால், பதஞ்சலி முனிவரைப்போல் அவருக்கு அடுத்து வந்த முனிவர்களும், ஞானிகளும் ஏராள மான ஆசனங்களை உருவாக்கிக் கொடுத் தனர்.

முனிவர்களும், ஞானிகளும் உருவாக்கிக் கொடுத்த அடிப்படை ஆசனங்களை வைத்து, அதில் இருந்து புதிது புதிதாக ஏராளமான ஆசனங்கள் உருவாக்கப் பட்டுள்ளன. இப்படி, ஆயிரக்கணக்கான ஆசனங்கள் உள்ளன. இருந்தாலும், இன்று உலகம் முழுவதும் சில நூற்றுக்கணக்கான ஆசனங்கள் மட்டுமே பயிற்றுவிக்கப்படு கின்றன.

மேலும், உலகம் முழுவதும் ஒரே மாதிரியான ஆசனங்கள் தான் பயிற்றுவிக்கப்படுவதாகவும் சொல்ல முடியாது. இது, நாட்டுக்கு நாடு, பயிற்சி அளிக்கும் யோகாசன நிலையங் களுக்கு நிலையம் மாறுபடும். என்னதான் இருந்தாலும், எல்லோரும் மக்களுக்கு எது தேவையோ அத்தகைய ஆசனங் களைத்தான் பயிற்றுவிக்கப்போகிறார்கள்.

அந்த வகையில், உடலுக்கும் மனத்துக்கும் ஆரோக்கியத்தை யும், வலிமையையும் அளிக்கும், அதேசமயத்தில் எல்லோரா லும் எளிமையாக வீட்டிலேயே செய்யக்கூடியவை என சுமார் அறுபது ஆசனங்கள் இந்தப் புத்தகத்தில் இடம் பெற்றுள்ளன. உட்கார்ந்த நிலையில் செய்யக்கூடிய ஆசனங்கள், மல்லாந்து படுத்துக்கொண்டு செய்யக்கூடிய ஆசனங்கள், குப்புறப்படுத்துக் கொண்டு செய்யக்கூடிய ஆசனங்கள், நின்றுகொண்டு செய்யக்கூடிய ஆசனங்கள் என தனித்தனியே பிரித்துக் கொடுக்கப்பட்டுள்ளன.

அதாவது, உடல்தன்மையைப் பொறுத்து பெரும்பாலானவர் களால் செய்யக்கூடியவை இந்த ஆசனங்கள். மேலும், நேரம் கிடைப்பதே இல்லை என்று குறைபட்டுக்கொள்ளக் கூடியவர்கள் அதிகம் உள்ள இன்றைய காலகட்டத்தில், நடைமுறைக்கு ஒத்துவரக்கூடிய ஆசனங்கள் இவை.

முக்கியமாகக் குறிப்பிட வேண்டிய இன்னொரு விஷயம் என்னவென்றால், இங்கு சொல்லப்பட்டுள்ள ஆசனங்களைத் தவறாமல் தினமும் சுமார் ஒரு மணி நேரம் செய்தால், நீச்சல் பயிற்சி, உடற் பயிற்சி, உணவுக் கட்டுப்பாடு போன்றவற் றால் கிடைக்கும் பலன்களோடு கூடுதல் பலன்களும் கிடைக்கும்.

உட்கார்ந்த நிலையில் செய்யக்கூடிய ஆசனங்கள்

1. வஜ்ராசனம்
2. சுப்த வஜ்ராசனம்
3. பத்மாசனம்
4. யோக முத்ரா
5. பத்த பத்மாசனம்
6. பத்த பத்ம மச்சாசனம்
7. மச்சாசனம்
8. ஜானு சிரசாசனம்
9. பரிவிர்த ஜானு சிரசாசனம்
10. பஸ்சிமோத்தனாசனம்
11. ஊர்துவமுக பஸ்சிமோத்தனாசனம்
12. க்ரௌஞ்சாசனம்
13. பூர்வதாசனம்
14. உஷ்ட்ராசனம்
15. கோமுகாசனம்
16. பத்த கோணாசனம்
17. மரீச்சாசனம்
18. அகர்ண தனுராசனம்
19. கூர்மாசனம்
20. அர்த்த மச்சேந்திராசனம்
21. ஹனுமானாசனம்
22. மயூராசனம்
23. பத்ம மயூராசனம்
24. சிரசாசனம்
25. பத்ம சிரசாசனம்
26. பாகாசனம்
27. பார்சுவ பாகாசனம்
28. ஏகபாத பாகாசனம்
29. பத்ம பாகாசனம்
30. கௌண்டியனியாசனம்

ஆசனம் எண்: 1

வஜ்ராசனம்

வஜ்ரம் என்றால், 'பலமான', 'உறுதி வாய்ந்த' என்று பொருள். உடலை வலுப்படுத்தும் ஆசனம் என்பதால் இதற்கு வஜ்ராசனம் என்று பெயர்.

செய்முறை:

- இரு கால்களையும் முன்புறம் நீட்டி நிமிர்ந்து உட்காரவும்.
- பிறகு, இடது காலை மடித்து பாதத்தை இடது புட்டத்துக்கு அடியிலும், வலது காலை மடித்து வலது புட்டத்துக்கு அடியிலும் வைக்கவும்.
- கால் பெருவிரல்கள் ஒன்றோடு ஒன்று சேர்ந்திருக்க, குதிகால்கள் விலகி இருக்க வேண்டும்.
- கைகள் இரண்டையும் இணைத்து, முழங்கால்கள் மீது வைத்து, ஏதாவது ஒரு முத்திரையுடன் சாதாரண மூச்சில் எவ்வளவு நேரம் இருக்க முடியுமோ அவ்வளவு நேரம் இருக்கவும்.

பலன்கள்:

நீண்ட நேரம் பிராணாயமும் தியானமும் செய்ய இந்த ஆசனம் உதவும். இந்த ஆசனம் செய்வதால், கால் மூட்டுகளில் உள்ள வலியும், சாப்பிட்டவுடன் வயிற்றில் ஏற்படும் வாயுப் பிரச்னையும் தீரும்.

முன் பக்க நிலை

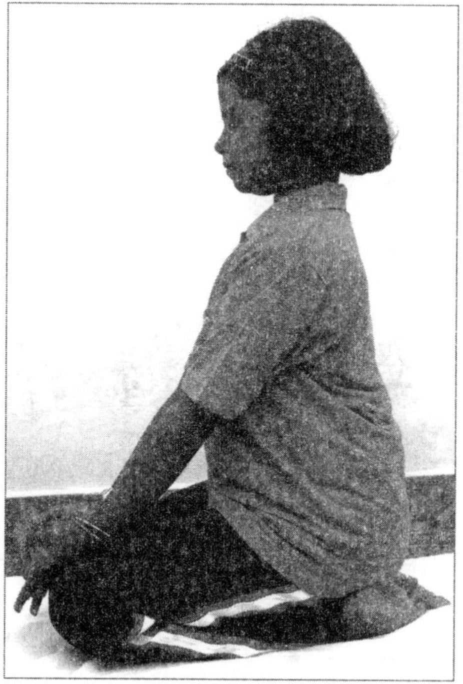

பக்கவாட்டுத் தோற்றம்

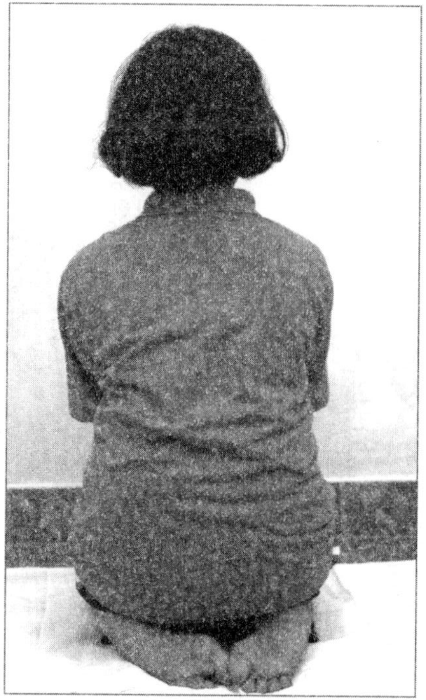

பின் பக்க நிலை

ஆசனம் எண்: 2

சுப்த வஜ்ராசனம்

சுப்த என்றால் 'படுத்த நிலை'. வஜ்ராசனத்தில் பின்பக்கமாகச் சாய்ந்து படுப்பதால் இந்த ஆசனத்துக்கு சுப்த வஜ்ராசனம் என்று பெயர்.

செய்முறை:

- முதலில் வஜ்ராசனத்தில் (ஆசனம் எண் : 1) உட்கார வேண்டும்.
- முழங்கால்கள் ஒன்றோடு ஒன்று ஒட்டியிருக்க, குதிகால்களைப் பக்கவாட்டில் விலக்கி தரையில் உட்காரவும்.
- பிறகு, அப்படியே பின் பக்கமாக மெதுவாகச் சாய்ந்து படுக்கவும். கைகள் இரண்டும் பக்கவாட்டில் இருக்க வேண்டும்.
- பின் பக்கமாகச் சாய்ந்த பிறகு, மூச்சை ஆழ்ந்து உள் இழுத்துக்கொண்டே, கைகள் இரண்டையும் தலைக்கு மேலே விரல்கள் கோத்திருக்கும்படி வைக்கவும். உள்ளங்கைகள் இரண்டும் வெளிப் பக்கமாக இருக்க வேண்டும்.
- இந்த நிலையில், நன்கு மூச்சை இழுத்து வெளி விடவும். எவ்வளவு நேரம் வேண்டுமானாலும் இந்த நிலையில் இருந்துவிட்டு, பிறகு மெதுவாக கைகளை யும் விடுவித்து வஜ்ராசனத்துக்குத் திரும்பவும்.

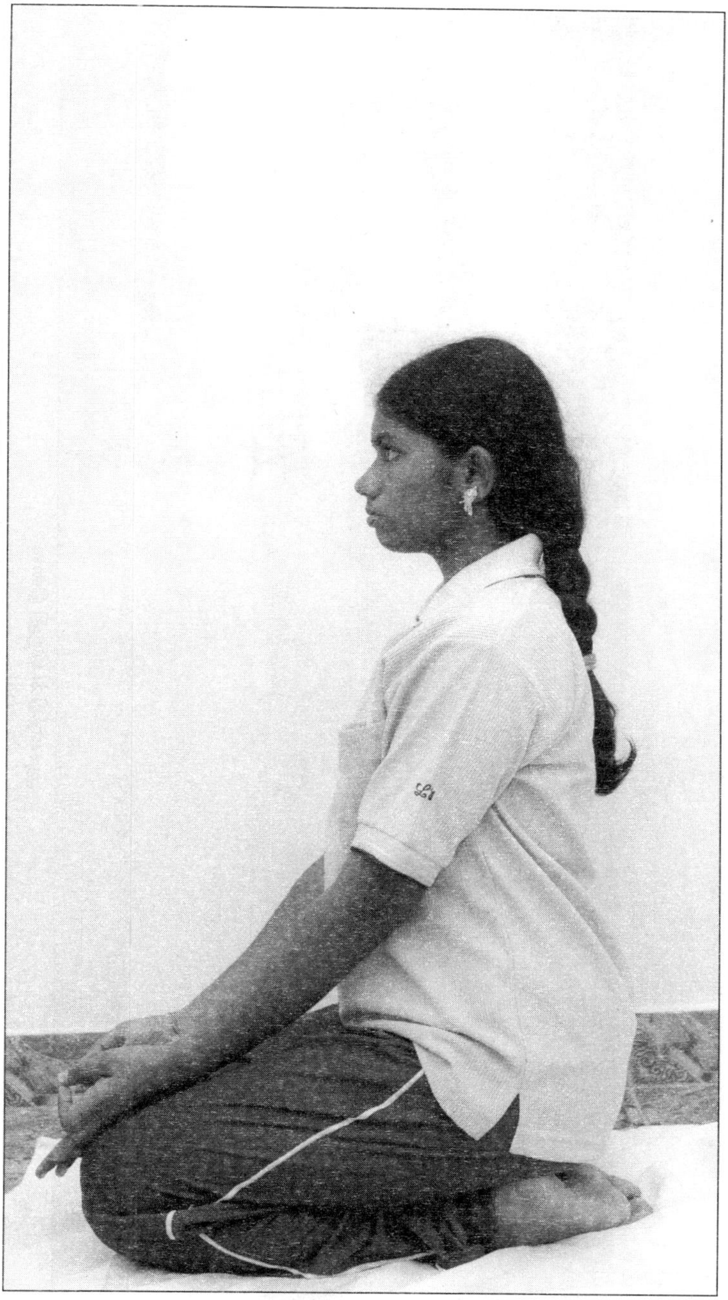

ஆசனத்தின் முதல் நிலை

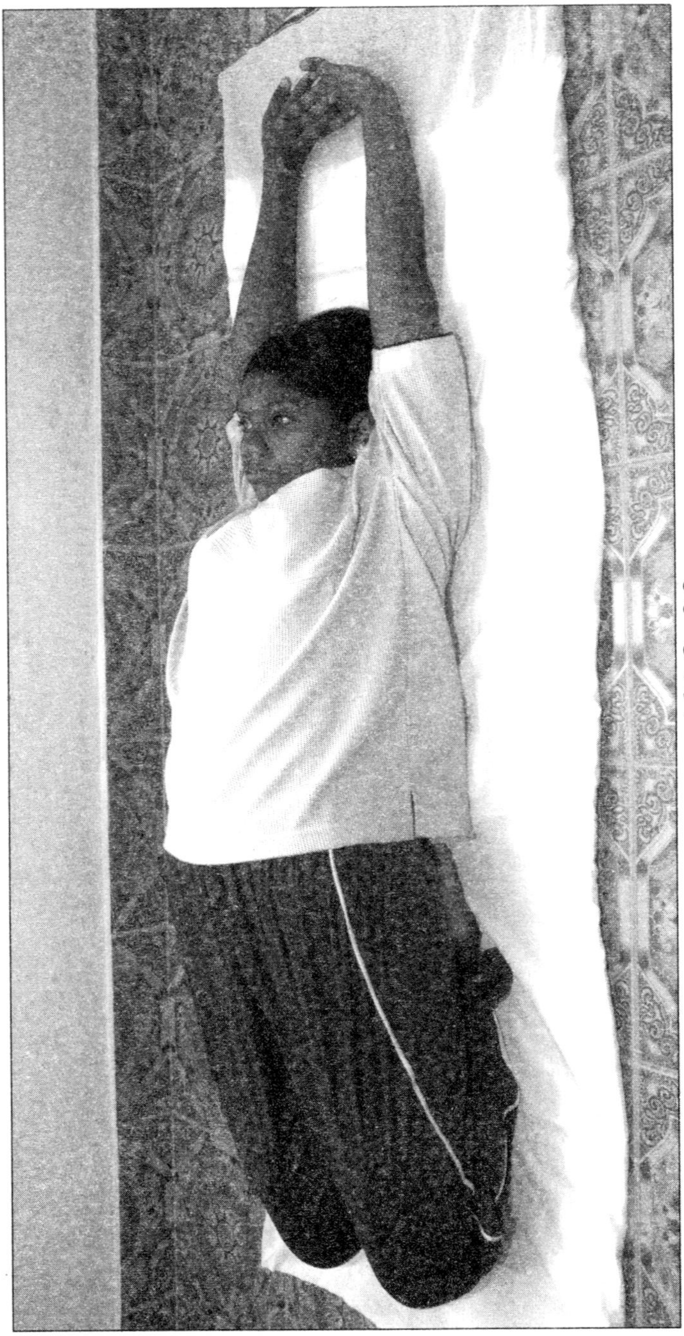

ஆசனத்தின் இறுதி நிலை

பலன்கள்:

இந்த ஆசனம், அடிமுதுகுப் பகுதியை நன்கு நீட்டி, அப்பகுதியில் உள்ள இறுக்கத்தைப் போக்குகிறது. வயிற்றுப் பகுதி தட்டையாக்கப்பட்டு மார்பு நன்றாக விரிகிறது. நீண்ட நேரம் நின்றுகொண்டு வேலை செய்பவர்களுக்கு ஏற்படும் அசதியைப் போக்குவதில் இந்த ஆசனம் மிகச் சிறந்தது.

இந்த ஆசனத்தைத் தொடர்ந்து செய்வதன் மூலம், தட்டைப் பாத (Flat Foot) குறைபாட்டைச் சரிசெய்யலாம்.

ஆசனம் எண்: 3

பத்மாசனம்

பத்மம் என்றால் 'தாமரை'. இந்த ஆசனம், தாமரைப் பூவின் வடிவத்தைப்போன்று இருப்பதால், இதற்கு பத்மாசனம் என்று பெயர்.

செய்முறை:

- முதலில், சம்மணம் போட்டு தரையில் உட்கார வேண்டும்.
- பிறகு, வலது காலை மடக்கி பாதத்தை இடது தொடை மீது வைக்கவும். அதேபோல், இடது காலை மடக்கி பாதத்தை வலது தொடை மீது வைக்கவும்.
- கால் பாதங்கள் இரண்டும் மேல் நோக்கியும், குதிகால்கள் அடிவயிற்றைத் தொட்டபடியும் இருக்க வேண்டும்.
- முதுகு நேராக நிமிர்ந்து இருக்க, முழங்கால்கள் தரையில் பதிந்திருக்க வேண்டும்.
- அடுத்து, கைகளை ஏதாவது ஒரு முத்திரையில் வைத்து, சாதாரண மூச்சில் சிறிது நேரம் இருக்க வேண்டும். பிறகு, சாதாரண நிலைக்குத் திரும்பி, கால்களை மாற்றி வைத்து ஆசனத்தைத் மீண்டும் செய்யவும்.

பலன்கள்:

பிராணாயாமத்துக்கும், தியானத்துக்கும் மிகச் சிறந்த ஆசனம் இது. இந்த ஆசனம், கால் மூட்டுகளுக்கு நல்ல வளையும் தன்மையை அளிப்பதுடன், அடிவயிற்று உறுப்புகளின் செயல்படும் திறனையும் அதிகரிக்கிறது.

பத்மாசனம்

ஆசனம் எண்: 4

யோக முத்ரா

இந்த ஆசனத்தை எளிமையான இரண்டு முறைகளில் செய்யலாம்.

செய்முறை 1:

- முதலில் பத்மாசனத்தில் (ஆசனம் எண் : 3) உட்காரவும்.
- பிறகு, இரண்டு கைகளையும் பின் பக்கமாகக் கொண்டு சென்று, வலது கை மணிக்கட்டை இடது கையால் பிடிக்கவும்.
- இந்த நிலையில், மூச்சை ஆழ்ந்து உள் இழுத்து, பிறகு மூச்சை வெளிவிட்டுக்கொண்டே, முன்பக்கம் குனிந்து நெற்றியால் தரையைத் தொடவும்.
- சாதாரண மூச்சில் சுமார் 2 நிமிடங்கள் இந்த நிலையில் இருக்கவும். பிறகு, பத்மாசனத்தில் கால்களை மாற்றி வைத்து, இடது கை மணிக்கட்டை வலது கையால் பிடித்து, மேலே செய்ததுபோல் செய்யவும்.

செய்முறை 2:

- இரண்டாவது முறையிலும், முதலில் பத்மாசனத்தில் (ஆசனம் எண் : 3) உட்காரவும்.
- பிறகு, இரண்டு கைகளையும் பின் பக்கமாகக் கொண்டு சென்று, கை விரல்களை நன்கு கோத்துக்கொள்ளவும்.
- அடுத்து, மூச்சை ஆழ்ந்து உள் இழுத்துக்கொண்டே முதுகையும், கழுத்தையும் நீட்டவும்.

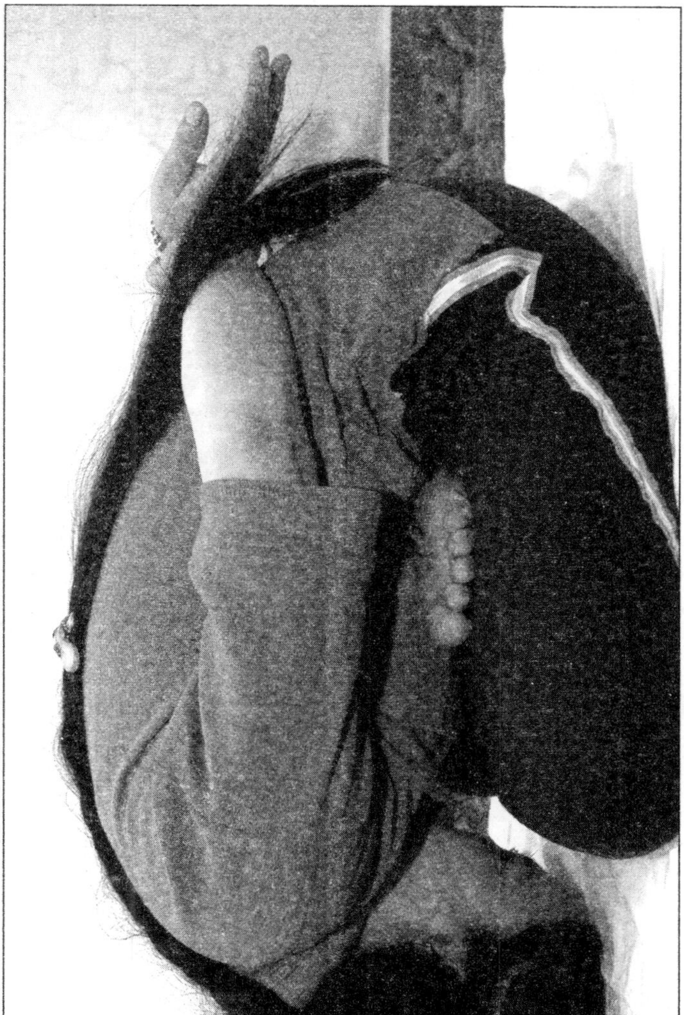

ஆசனத்தின் முதல் நிலை

ஆசனத்தின் இறுதி நிலை

- பிறகு, மூச்சை வெளிவிட்டுக்கொண்டே, முன் பக்க மாகக் குனிந்து, கீழ்த்தாடையால் அல்லது நெற்றியால் தரையைத் தொடவும்.
- அடுத்து, கைகளை வளைக்காமல் முதுகில் இருந்து 90 டிகிரி கோணத்துக்கோ அல்லது அதற்கும் மேலோ உயர்ந்தி நீட்ட வேண்டும்.
- இந்த நிலையில், சுமார் இரண்டு நிமிடங்கள் சாதாரண சுவாசத்தில் இருந்துவிட்டு, பிறகு மூச்சை உள் இழுத்துக்கொண்டே மேலே எழுந்திருக்கவும்.
- பிறகு, பத்மாசனத்தில் கால்களை மாற்றிவைத்து மேலே செய்ததுபோல் செய்யவும்.

பலன்கள்:

இந்த யோக முத்ரா ஆசனத்தால், வயிற்றுப் பகுதியில் குதிகால்களால் நன்கு அழுத்தம் கொடுக்கப்படுகிறது. இதனால், மலச்சிக்கல் பிரச்னை வரவே வராது. ஜீரண சக்தியும் அதிகரிக்கிறது. மார்பு நன்றாக விரிவடைவதால், சுவாசப் பிரச்னைகள் தீரும். மேலும், தோள்மூட்டுகளின் இறுக்கத்தையும் தளர்த்துகிறது.

ஆசனம் எண்: 5

பத்த பத்மாசனம்

பத்த என்றால் 'பிடித்திருத்தல்' என்று பொருள். பத்மாசனத்தில் உட்கார்ந்து, இரண்டு கைகளையும் பின் பக்கமாகக் கொண்டு சென்று கால்களைப் பிடிப்பதால் இந்த ஆசனத்துக்கு பத்த பத்மாசனம் என்று பெயர்.

செய்முறை:

- முதலில் வலது கால் பாதத்தை இடது தொடை மீதும், இடது கால் பாதத்தை வலது தொடை மீதும் வைத்து பத்மாசனத்தில் (ஆசனம் எண் : 3) உட்காரவும்.
- அடுத்து, வலது கையைப் பின் பக்கமாகக் கொண்டு சென்று, இடது தொடை மீது வைத்திருக்கும் வலது கால் விரல்களைப் பிடிக்கவும். அதேபோல், இடது கையைப் பின் பக்கமாகக் கொண்டு சென்று, வலது தொடை மீது வைத்திருக்கும் இடது கால் விரல்களைப் பிடிக்கவும்.
- பிறகு, முதுகை நேராக வைத்துக்கொண்டு சாதாரண மூச்சில் ஒரு சில நிமிடங்கள் இருந்து, மூச்சை வெளிவிட்டுக்கொண்டே கைகளின் பிடியைத் தளர்த்தி இயல்பு நிலைக்குத் திரும்பவும்.
- அடுத்து, கால்களையும் கைகளையும் மாற்றி வைத்து மேலே செய்ததுபோல் செய்யவும்.

பலன்கள்:

இந்த ஆசனம், பெருங்குடல் பகுதிக்கு நல்ல அழுத்தத்தைக் கொடுத்து, மலச்சிக்கல் பிரச்னையைத் தீர்க்க உதவுகிறது. மேலும், தோள் மூட்டுகளில் ஏற்படும் பிடிப்புத் தன்மையைப் போக்குவதுடன், மார்பை நன்கு விரிவடையச் செய்கிறது. அத்துடன், ஜீரண சக்தியையும் அதிகரிக்கிறது.

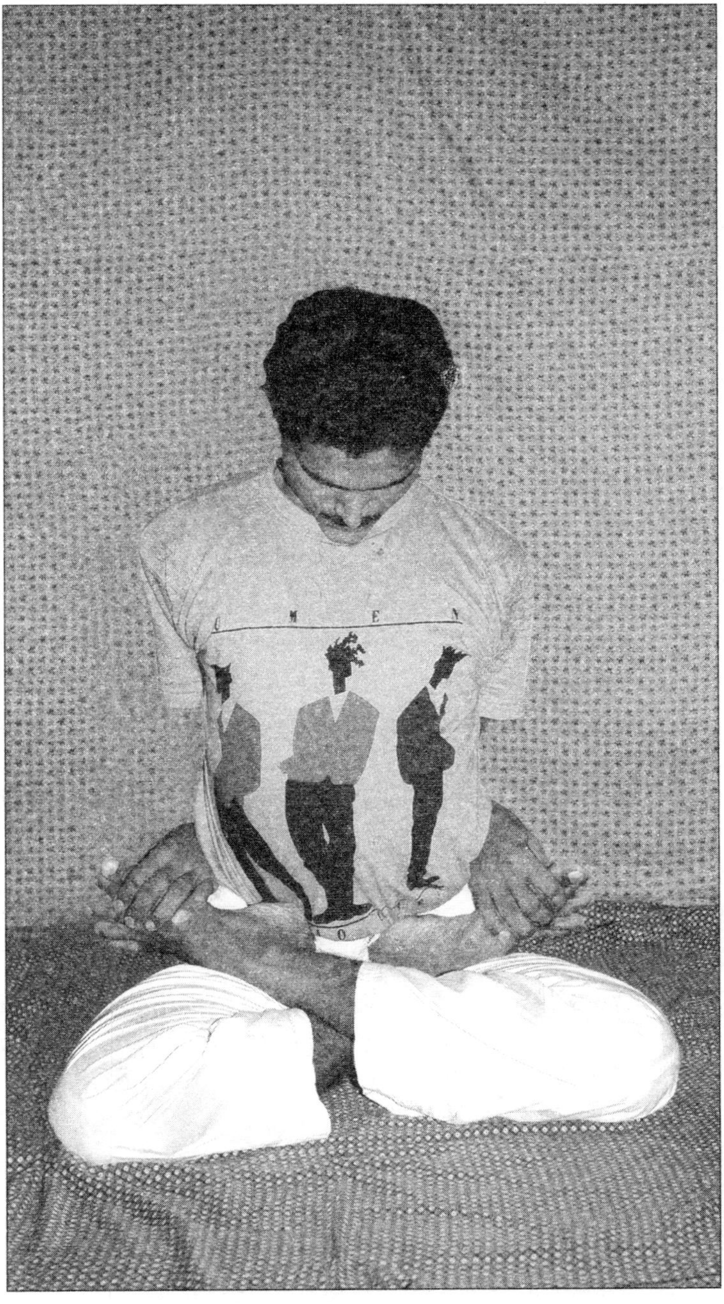

பத்த பத்மாசனம்

ஆசனம் எண்: 6

பத்த பத்ம மச்சாசனம்

பத்த பத்மாசனத்தையும் (ஆசனம் எண் : 5) இருந்து மச்சாசனத்தையும் (ஆசனம் எண் : 7) சேர்த்து செய்வதால் இந்த ஆசனத்துக்கு பத்த பத்ம மச்சாசனம் என்று பெயர்.

செய்முறை:

- முதலில் பத்த பத்மாசனத்தில் உட்காரவும்.
- மூச்சை ஆழ்ந்து உள் இழுத்துக்கொண்டே முதுகை நன்கு நிமிர்த்தி முகத்தைத் தூக்கி மேல் நோக்கிப் பார்க்கவும்.
- பிறகு, மூச்சை வெளிவெட்டுக்கொண்டே கைகளின் பிடியைத் தளர்த்தாமல், முழங்கால்களைத் தரையில் இருந்து உயர்த்தியபடியே பின் பக்கமாக முதுகைச் சாய்த்து, உச்சந்தலையைத் தரையில் ஊன்றவும்.
- இந்த நிலையில், முதுகை மேலும் பின்நோக்கி வளைத்து, முழங்கால்களைத் தரையில் ஊன்றி, சுமார் 20 விநாடிகளுக்கு சாதாரண சுவாசத்தில் இருக்கவும்.
- பிறகு, கைகளின் பிடியைத் தளர்த்தி, கைகளை முன் பக்கமாகக் கொண்டு வந்து, முழங்கால்களைப் பிடிக்கவும்.
- அடுத்து, மூச்சை ஆழ்ந்து உள் இழுத்துக்கொண்டே முன் பக்கமாக உருண்டு மேல் எழுந்து, பத்மாசனத்தில் உட்காரவும்.
- பிறகு, கால்களையும், கைகளையும் மாற்றி வைத்து, மேலே செய்ததுபோல் செய்யவும்.

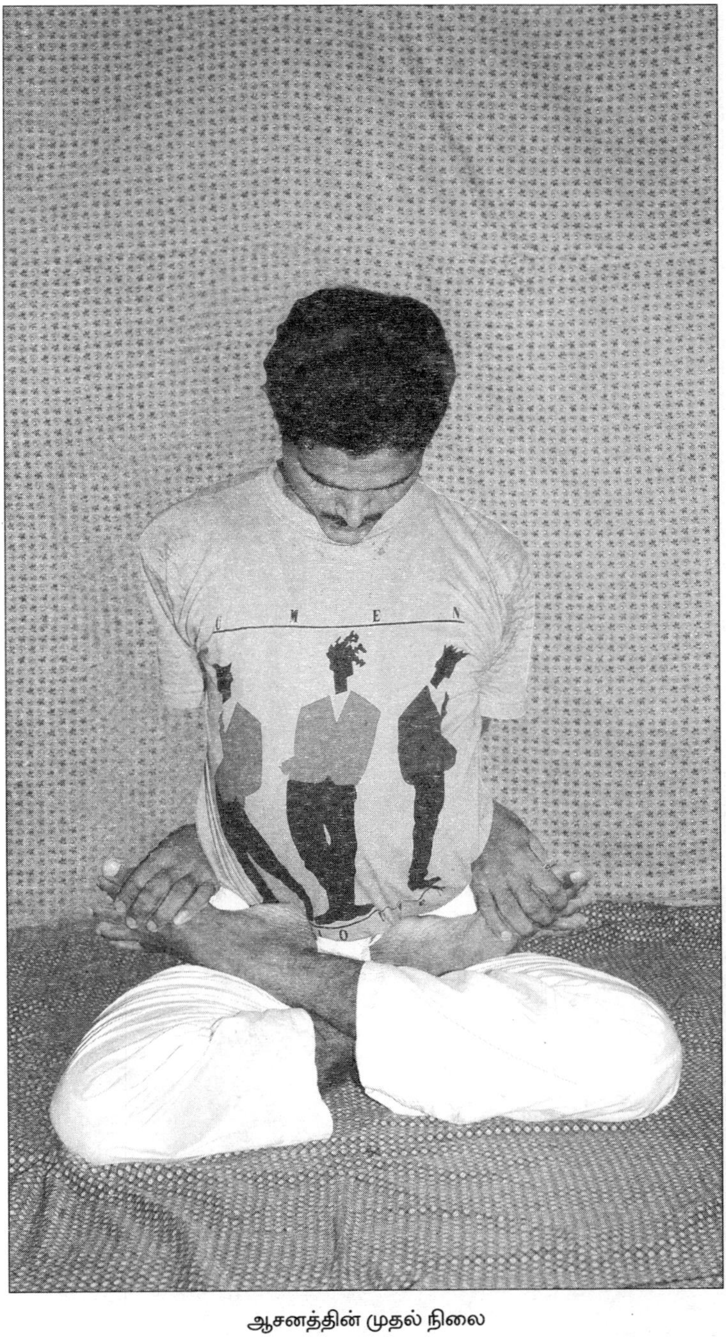

ஆசனத்தின் முதல் நிலை

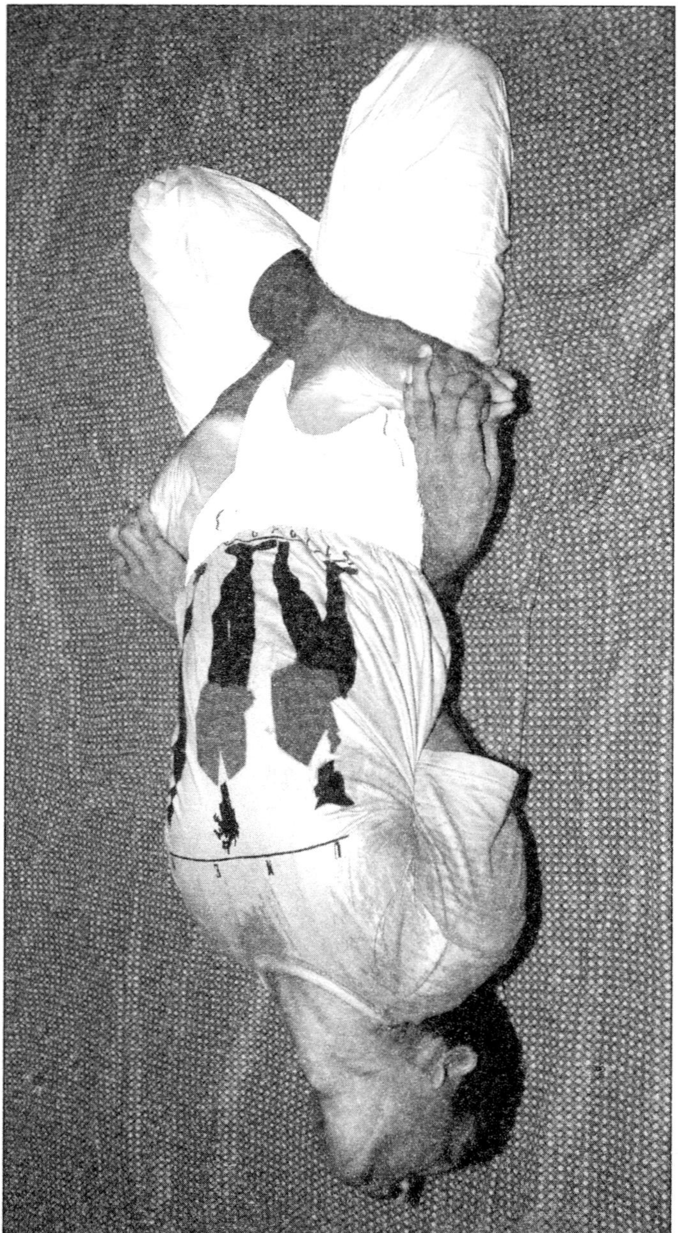

ஆசனத்தின் இறுதி நிலை

பலன்கள்:

இந்த ஆசனத்தால், மச்சாசனம் செய்வதால் கிடைக்கும் அனைத்துப் பலன்களும் கிடைக்கும். மேலும், தோள் பட்டைகளின் இயக்கத்தை அதிகரிப்பதுடன், விலா எலும்புகளையும் நன்கு விரிவடையச் செய்கிறது. சுவாசக் கோளாறுகளைப் போக்க சிறந்த ஆசனம் இது. இடுப்புப் பகுதிக்கு ரத்த ஓட்டத்தை அதிகரிக்கச் செய்து, ஆரோக்கியத்துடன் வைக்கிறது இந்த ஆசனம்.

ஆசனம் எண்: 7

மச்சாசனம்

மச்ச என்றால் 'மீன்' என்று பொருள். இந்த ஆசனம், மீன் போன்ற வடிவத்தில் இருப்பதால் இதற்கு மச்சாசனம் என்று பெயர்.

செய்முறை:

- முதலில் பத்மாசனத்தில் (ஆசனம் எண் : 3) உட்காரவும். பிறகு, கைகளைத் தரையில் ஊன்றியபடி பின்பக்கமாக மெதுவாகச் சாய்ந்து தரையில் படுக்கவும்.
- அடுத்து, உள்ளங்கைகளைத் தோள்களுக்கு அடியில் உள்பக்கமாக தரையில் ஊன்றி, தலையையும், முதுகையும் தரையில் இருந்து மேல் நோக்கி வளைக்கவும்.
- அடுத்ததாக, உச்சந்தலையைத் தரையில் நன்றாக ஊன்றிய பிறகு, கைகளால் கால் விரல்களைப் பிடிக்கவும். அதாவது, இடது கையால் வலது கால் விரல்களையும், வலது கையால் இடது கால் விரல்களையும் பிடிக்கவும்.
- இந்த நிலையில் சாதாரண சுவாசத்தில் சுமார் ஒரு நிமிடம் வரை இருக்கவும். பிறகு, நேராக உட்கார்ந்த பிறகு, காலை மாற்றி மேலே செய்ததுபோல் செய்யவும்.

பலன்கள்:

தைராய்டு சுரப்பிகள் வலுப்பெறவும், அதன் செயல்பாடு அதிகரிக்கவும் இந்த ஆசனம் மிகவும் உதவியாக இருக்கும். இந்த ஆசனத்தைச் செய்தால், இடுப்புப் பகுதியில் ரத்தம் ஓட்டம் அதிகரிக்கும். மார்பு விரிவடைவதால், ஆழ்ந்த சுவாசத்துக்கு வழி செய்கிறது. மூல வியாதிக்கும் சிறந்த ஆசனம் இது.

ஆசனத்தின் முதல் நிலை

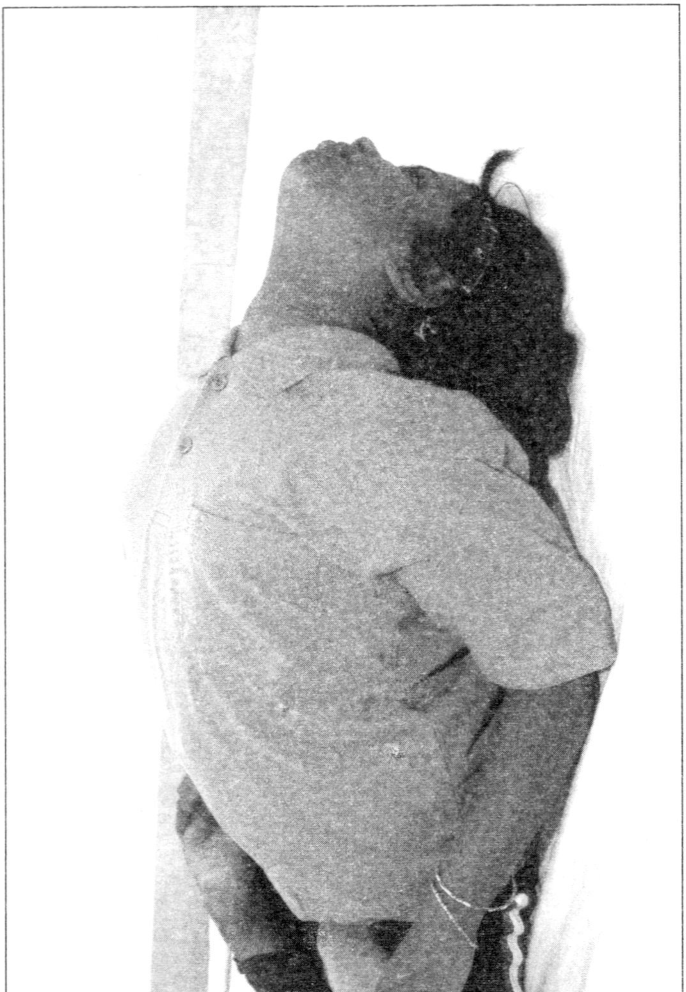

ஆசனத்தின் இறுதி நிலை

ஆசனம் எண்: 8

ஜானு சிரசாசனம்

ஜானு என்றால் 'முழங்கால் மூட்டு', சிரசு என்றால் 'தலை'. தலையையும் முழங்கால் மூட்டையும் சேர்க்கும் ஆசனம் என்பதால் இதற்கு ஜானு சிரசாசனம் என்று பெயர்.

செய்முறை:

- முதுகு நிமிர்ந்த நிலையில், கால்கள் இரண்டையும் முன்னால் நீட்டி உட்காரவும்.
- வலது காலை மடக்கி பாதத்தை இடது கால் தொடைக்குக் கீழ் வைக்கவும். அதாவது, இரண்டு முழங்கால்களுக்கு இடையே கோணம் 90 டிகிரி அல்லது அதற்கு மேலோ இருக்க வேண்டும்.
- இந்த நிலையில், மூச்சை ஆழ்ந்து உள் இழுத்துக் கொண்டே இரண்டு கைகளையும் தலைக்கு மேலே தூக்கி, முதுகை நன்றாக மேல்நோக்கி நீட்டவும்.
- பிறகு, மூச்சை வெளிவிட்டுக்கொண்டே, முன் பக்க மாகக் குனிந்து நெற்றியால் இடது முழங்கால் முட்டி யைத் தொடவும். முடிந்தால், முழங்கால் பகுதியை நெற்றியால் தொடவும்.
- அப்போது, கைகளால் இடது கால் விரல்களைப் பற்றிக்கொள்ள வேண்டும். இவ்வாறு செய்யும்போது, இடது கால் வளையக் கூடாது. கால் விரல்கள் நேராக மேல் நோக்கி இருக்க வேண்டும்.
- வயிறு மற்றும் நெஞ்சுப் பகுதி, இடது காலின் மீது நன்கு பதிந்திருக்க வேண்டும்.

ஆசனத்தின் முதல் நிலை

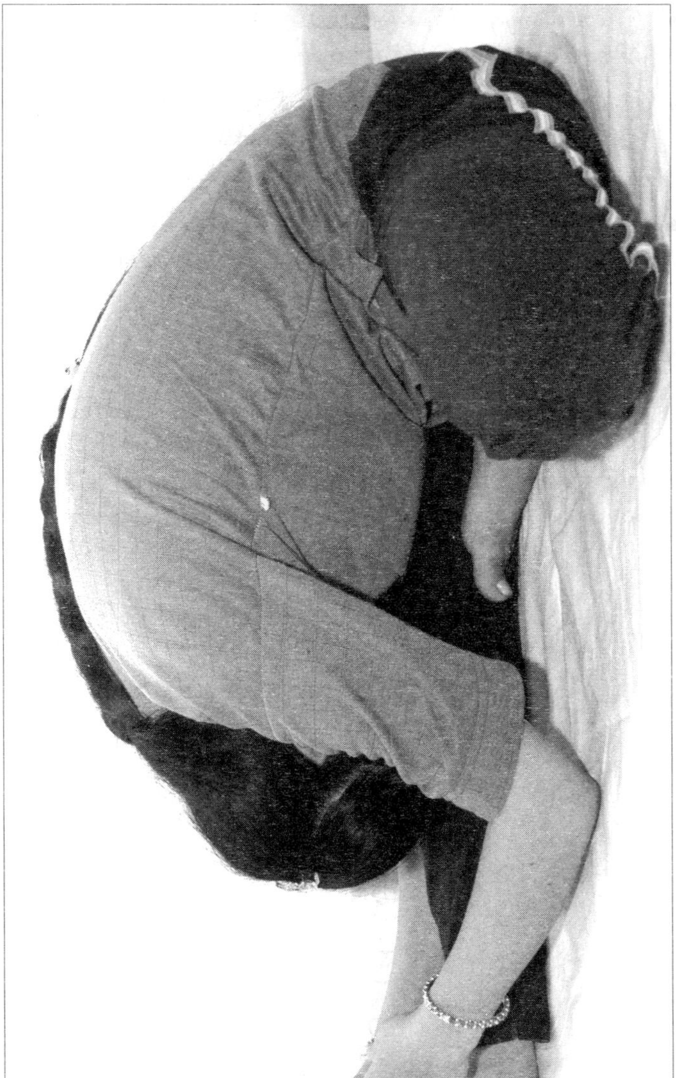

ஆசனத்தின் இறுதி நிலை

- இதே நிலையில், சாதாரண சுவாசத்துடன் சுமார் 30 விநாடிகளுக்கு இருக்கவும்.
- பிறகு, உள்சுவாசத்துடன் கைகளை தலைக்கு மேலே தூக்கிக்கொண்டு நிமிர்ந்து உட்காரவும். பிறகு, வெளி சுவாசத்துடன் கைகளைத் தளர்த்திக்கொள்ளவும்.
- உடனே, இடது காலை மடித்து, பாதத்தை வலது தொடைக்குக் கீழே வைத்து மேலே செய்ததுபோல் செய்யவும்.

பலன்கள்:

இந்த ஆசனத்தைச் செய்வதால், வயிற்றின் பக்கவாட்டுப் பகுதிகள் நன்கு அழுத்தப்படுவதால், சிறுநீரகங்களின் செயல்பாடு அதிகரிக்கிறது. இதுதவிர, கல்லீரலும் மண்ணீரலும் வலுவடைந்து, ஜீரண சக்தியை அதிகரிக்கிறது.

ஆசனம் எண்: 9

பரிவிர்த ஜானு சிரசாசனம்

பரிவிர்த என்றால், 'திரும்பிய' அல்லது 'முறுக்கிய' என்று பொருள். ஜானு என்றால், 'முழங்கால் மூட்டு'. சிரசு என்றால் 'தலை'. உடலைத் திருப்பி, பின் தலையை நீட்டப்பட்ட கால் முழங்கால் மீது வைப்பதால் இந்த ஆசனத்துக்கு பரிவிர்த ஜானு சிரசாசனம் என்று பெயர்.

செய்முறை:

- முதலில் இரண்டு கால்களையும் முன் பக்கமாக நீட்டி உட்காரவும்.
- வலது கால் நீட்டப்பட்டிருக்க, இடது காலை மடக்கி வலது தொடைக்கு உள்பக்கமாகச் சேர்த்து வைக்கவும். இரண்டு முழங்கால்களுக்கு இடையேயான கோணம் 90 டிகிரி அல்லது அதற்கு மேலோ இருக்க வேண்டும்.
- அடுத்து, மூச்சை ஆழ்ந்து உள் இழுத்துக்கொண்டே தலைக்கு மேலே இரண்டு கைகளையும் நீட்டும்போது, முதுகையும் நன்கு நிமிர்த்தவும்.
- பிறகு, மூச்சை வெளிவிட்டுக்கொண்டே, உடலை இடது பக்கமாகத் திருப்பி முன் பக்கம் குனியவும். அதாவது, தலையின் பின் பக்கம், வலது முழங்கால் மூட்டில் பட்டிருக்க, முகம் வான் நோக்கி இருக்க வேண்டும்.
- அப்போது, நீட்டப்பட்டிருக்கும் வலது கால் சுண்டு விரலின் அடிப்பகுதியை இடது கையாலும், பெரு விரலின் அடிப்பகுதியை வலது கையாலும் பிடிக்கவும்.

ஆசனத்தின் முதல் நிலை

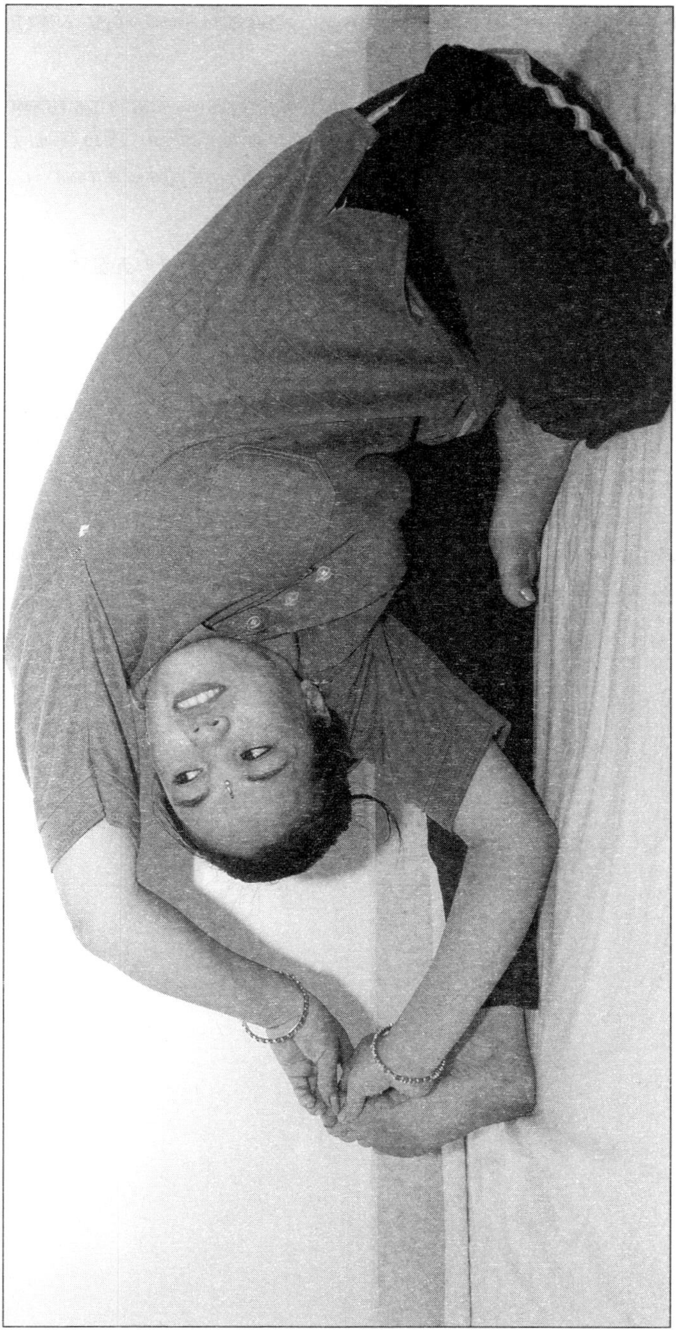

ஆசனத்தின் இறுதி நிலை

- வலது விலாப் பகுதி வலது தொடையின் மீது நன்கு பதிந்திருக்க வேண்டும்.
- இந்த நிலையில், சுமார் 30 விநாடிகளுக்கு சாதாரண சுவாசத்தில் இருந்து, பிறகு கைகளின் பிடியைத் தளர்த்தி, மூச்சை ஆழ்ந்து உள் இழுத்துக்கொண்டே மேலே எழுந்திருக்க வேண்டும்.
- பிறகு, கால்களை மாற்றி மேலே செய்ததுபோல் செய்யவும்.

பலன்கள்:

இந்த ஆசனத்தால், உடலின் பக்கவாட்டு உள் உறுப்புகள் அதிகமாகப் பயனடைகின்றன. முதுகுத் தண்டில் ரத்த ஓட்டத்தை அதிகரிக்கச் செய்து, அதைப் பலமாக்குகிறது. அதிகப்படியான இடுப்புத் தசைகளைக் குறைக்க உதவும் இந்த ஆசனம், ஜீரண சக்தியை அதிகரிப்பதுடன், மார்பை நன்கு விரிவடையவும் செய்கிறது.

ஆசனம் எண்: 10

பஸ்சிமோத்தனாசனம்

நம் உடலில் உள்ள பகுதிகளை வடக்கு, தெற்கு, மேற்கு, கிழக்கு என்று பிரிக்கலாம். தலை உச்சியை வடக்கு என்றும், பாதத்தை தெற்கு என்றும் பின் தலையில் இருந்து குதிகால் வரையிலான பகுதியை மேற்கு என்றும், நெற்றியில் இருந்து கால் வரையிலான பகுதியை கிழக்கு என்றும் குறிப்பிடு கிறார்கள். அந்த வகையில், பஸ்சிமம் என்றால், 'மேற்கு'. இந்த ஆசனம், உடலின் மேற்குப் பகுதியை நன்கு நீட்சி அடையச் செய்வதால், இந்த ஆசனத்துக்கு பஸ்சிமோத்தனா சனம் என்று பெயர்.

செய்முறை:

- இரு கால்களையும் முன்பக்கம் நீட்டி நிமிர்ந்து உட்காரவும். கால்கள் இரண்டும் ஒன்றோடு ஒன்று சேர்ந்து இருக்க வேண்டும்.
- அடுத்து, ஆழ்ந்த சுவாசத்துடன் இரண்டு கைகளையும் தலைக்குமேலே உயர்த்த வேண்டும். அப்போது, முதுகையும் நன்கு மேலே உயர்த்த வேண்டும்.
- பிறகு, மூச்சை வெளிவிட்டுக்கொண்டே, முன் பக்க மாக வளைந்து கால் விரல்களைக் கைகளால் பற்றிக் கொள்ள வேண்டும்.
- நெற்றியை முழங்கால் மூட்டு மீது பதிக்க வேண்டும். இப்படிச் செய்யும்போது கால்கள் வளையக் கூடாது. மேலும், கால் கட்டை விரல்கள் ஒன்றோடு ஒன்று சேர்ந்து மேல்நோக்கி இருக்க வேண்டும்.
- இந்த நிலையில் சுமார் 30 விநாடிகளுக்கு சாதாரண சுவாசத்துடன் இருக்க வேண்டும்.

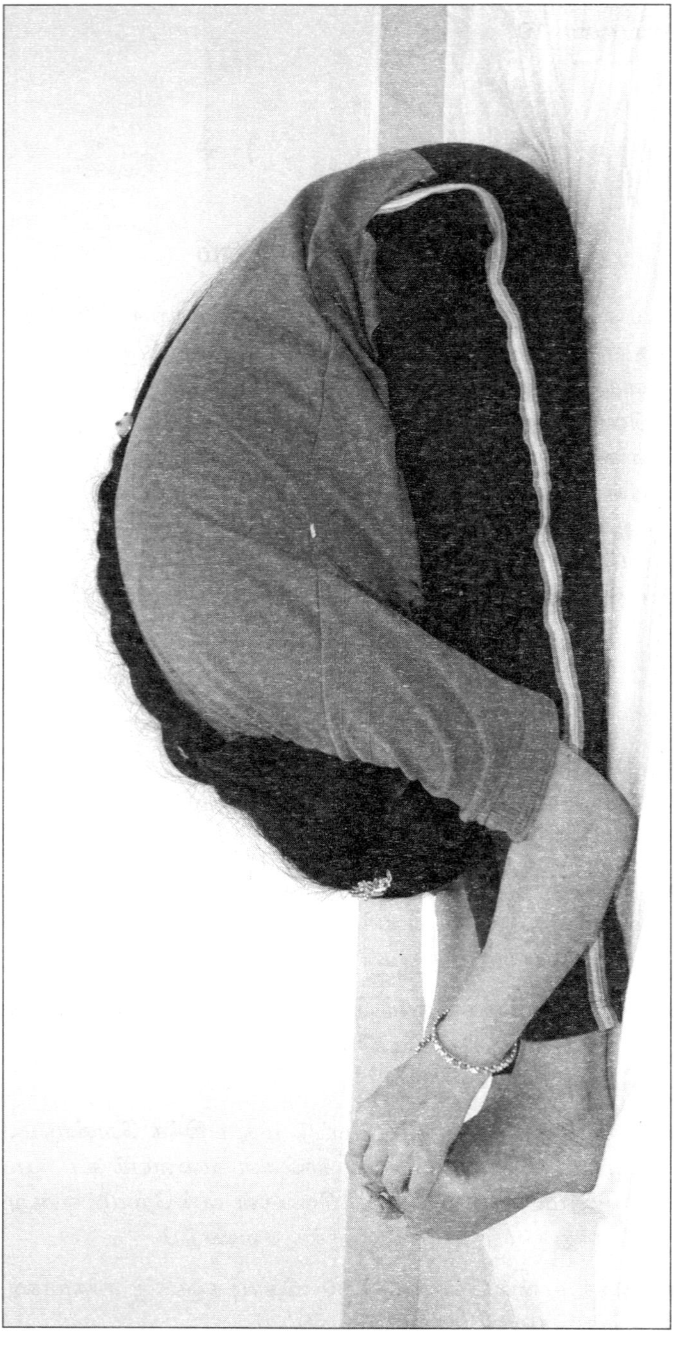

பஸ்சிமோத்தனாசனம்

- பிறகு, மூச்சை உள் இழுத்துக்கொண்டே முதுகை நேராக்கி கைகளைத் தளர்த்திக்கொள்ள வேண்டும்.

பலன்கள்:

முதுகுத் தண்டை நன்கு நீட்டி ஆரோக்கியத்துடன் வைப்ப தற்கு மிகச் சிறந்த ஆசனம் இது. உள் உறுப்புகளின் செயல் படும் திறனை அதிகரித்து, ஜீரண சக்தியை மேம்படுத்து கிறது. சிறுநீரகங்களுக்கும், மலக்குடலுக்கும் நல்ல அழுத்தத்தைக் கொடுத்து, கழிவு மண்டலத்தை வீரியத்துடன் வைக்கிறது. வயிற்றில் கொழுப்பு சேருவதையும் இந்த ஆசனம் தடுக்கிறது.

ஆசனம் எண்: 11

ஊர்த்வ முக பஸ்சிமோத்தனாசனம்

ஊர்த்வ என்றால் 'மேல் நோக்கிய' என்றும், முக என்றால் 'முகம்' என்றும் பொருள். பஸ்சிமோத்தனாசனத்தை முகம் மேல்நோக்கி இருக்கும்படி செய்வதால், இந்த ஆசனத்துக்கு ஊர்த்வ முக பஸ்சிமோத்தனாசனம் என்று பெயர்.

செய்முறை:

- முதலில், மல்லாந்து படுத்துக்கொண்டு, இரண்டு கால்களையும் நேராக நீட்டி, ஒன்றோடு ஒன்று இணைத்து வைக்க வேண்டும்.
- பிறகு, மூச்சை ஆழ்ந்து உள் இழுத்துக்கொண்டே, இரண்டு கால்களையும் சேர்த்தாற்போல் தரையில் இருந்து மேலே தூக்கவும். அப்போது முழங்கால்கள் மடங்கக் கூடாது.
- தலைக்கு மேலே கால்களைத் தூக்கியவுடன், இரண்டு கைகளாலும் கால் பாதங்களைப் பிடிக்கவும். இந்த நிலையில், மூச்சை ஆழ்ந்து உள் இழுக்கவும்.
- பிறகு, மூச்சை வெளிவிட்டுக்கொண்டே முழங் கைகளை வளைத்து, கால் விரல்கள் தரையில் படும் படி பின்பக்கமாகச் சாயவும். அப்போது, நெற்றியால் முழங்காலைத் தொட வேண்டும். தரையில் தலை நன்கு பதிந்து, பெரும்பான்மையான இடுப்புப் பகுதி தரையில் இருக்க வேண்டும். பிறகு, அப்படியே எழுந்து உட்காரவும்.
- இந்த நிலையில், சுமார் 20 விநாடிகளுக்கு சாதாரண மூச்சில் இருக்கவும். மெதுவாக, கால் பின்னால் தொட

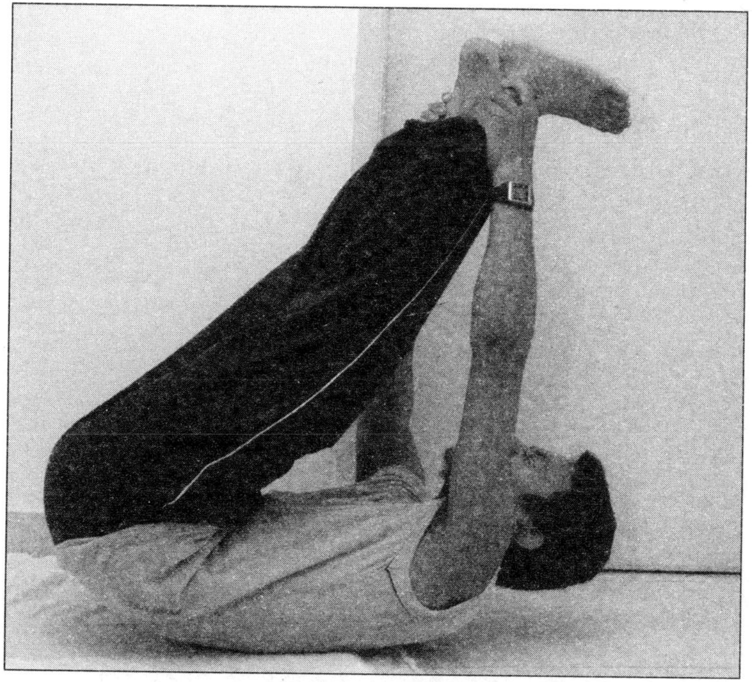

ஆசனத்தின் முதல் நிலை

ஆசனத்தின் இறுதி நிலை

தரையில் படுக்கவும். அடுத்து, மூச்சை ஆழ்ந்து உள் இழுத்துக்கொண்டே, தரையில் இருந்து 90 டிகிரி கோணத்தில் இருக்கும்படி கால்களைத் தரையில் இருந்து தூக்கி நிறுத்தவும். பிறகு, மூச்சை வெளி விட்டுக்கொண்டே கால்களைத் தரையில் வைக்கவும்.

பலன்கள்:

இந்த ஆசனம் செய்வதால், பஸ்சிமோத்தனாசனத்தின் அனைத்துப் பலன்களும் கிடைக்கும். மேலும், முதுகுப் பகுதி தரையில் நன்கு அழுத்தப்படுவதால், தசைப் பிடிப்பும் வலியும் தீருகின்றன. வயிறு, கீழ்நோக்கி சரிவதைத் தடுக்கும் முக்கியமான ஆசனம் இது.

ஆசனம் எண்: 12

க்ரௌஞ்சாசனம்

க்ரௌஞ் என்பது ஒரு மலையின் பெயர். இந்த ஆசனம், மலையின் அமைப்பைப்போல் இருப்பதால் இதற்கு க்ரௌஞ்சாசனம் என்று பெயர்.

செய்முறை:

- இரண்டு கால்களையும் முன் பக்கமாக நீட்டி உட்காரவும். பிறகு, வலது காலை வெளிப்பக்கமாக மடித்து வைக்கவும். கால் பாதம் மேல் நோக்கியும், விரல்கள் பின் பக்கமாகவும் இருக்க வேண்டும்.
- அடுத்து, இடது காலை மடித்து வைக்கவும். பிறகு, இரண்டு கைகளையும் கோத்து, இடது கால் பாதத்தைப் பிடித்துக்கொண்டு மூச்சை ஆழ்ந்து உள் இழுக்கவும்.
- பிறகு, மூச்சை வெளிவிட்டுக்கொண்டே, இடது காலை நேராக்கி, தரைக்குச் செங்குத்தாக வைக்கவும். நெற்றியாலோ அல்லது கீழ்த்தாடையாலோ இடது முழங்கால் மூட்டைத் தொடவும்.
- இந்த நிலையில், சுமார் 20 விநாடிகள் சாதாரண சுவாசத்தில் இருக்கவும். பிறகு, மூச்சை வெளிவிட்டுக் கொண்டே, இடது காலைக் கீழே இறக்கி, இரண்டு கால்களையும் முன் பக்கமாக நீட்டி உட்காரவும்.
- அடுத்து, காலை மாற்றி மேலே செய்ததுபோல் செய்யவும்.

பலன்கள்:

இந்த ஆசனத்தால், வயிற்று உள் உறுப்புகள் நன்கு அழுத்தப் பட்டு புத்துணர்ச்சி அடைகின்றன. கால் தசைகள் நன்கு வலுவடைகின்றன. அடிமுதுகுப் பகுதிக்கு ரத்த ஓட்டத்தை அதிகரித்து, முதுகைப் பலப்படுத்தும் இந்த ஆசனம், ஜீரணக் கோளாறுகளைப் போக்குகிறது.

க்ரௌஞ்சாசனம்

ஆசனம் எண்: 13

பூர்வத்தாசனம்

பூர்வம் என்றால் 'கிழக்கு'. உடலின் கிழக்கு பகுதியான நெற்றி முதல் கால் விரல்கள் வரை உள்ள பகுதிகள் நன்றாக நீட்டப்படுவதால் இந்த ஆசனத்துக்கு பூர்வத்தாசனம் என்று பெயர்.

செய்முறை:

- தரையில் கால்கள் இரண்டையும் நீட்டி உட்கார வேண்டும்.
- பிறகு, கைகளைப் பின்பக்கமாகக் கொண்டு சென்று, உள்ளங்கைகளை தரையில் நன்கு பதிய வைக்க வேண்டும். உள்ளங்கைகளுக்கு இடையே உள்ள தூரமும், இரண்டு தோள்களுக்கு இடையே உள்ள தூரமும் சமமாக இருக்க வேண்டும்.
- இந்த நிலையில், மூச்சை நன்றாக உள் இழுத்துக் கொண்டே, இடுப்புப் பகுதியை தரையில் இருந்து முடிந்த வரை மேலே உயர்த்தவும்.
- கால்கள் இரண்டும் வளையாமல் ஒன்றோடு ஒன்று சேர்ந்திருக்க வேண்டும். கால் விரல்கள் தரையைத் தொட்டுக்கொண்டிருக்க வேண்டும். அதாவது, கால் விரல்கள் மட்டும் உள்ளங்கைகள் மட்டுமே தரையைத் தொட்டுக்கொண்டிருக்க வேண்டும்.
- அடுத்து, தலையை பின்புறமாகத் தொங்கவிடவும்.
- சுமார், 20 விநாடிகள் இயல்பான சுவாசத்துடன் இதே நிலையில் இருக்கவும். பிறகு, மூச்சை வெளியேற்றிக் கொண்டே தரையில் உட்காரவும்.அமரவும்.

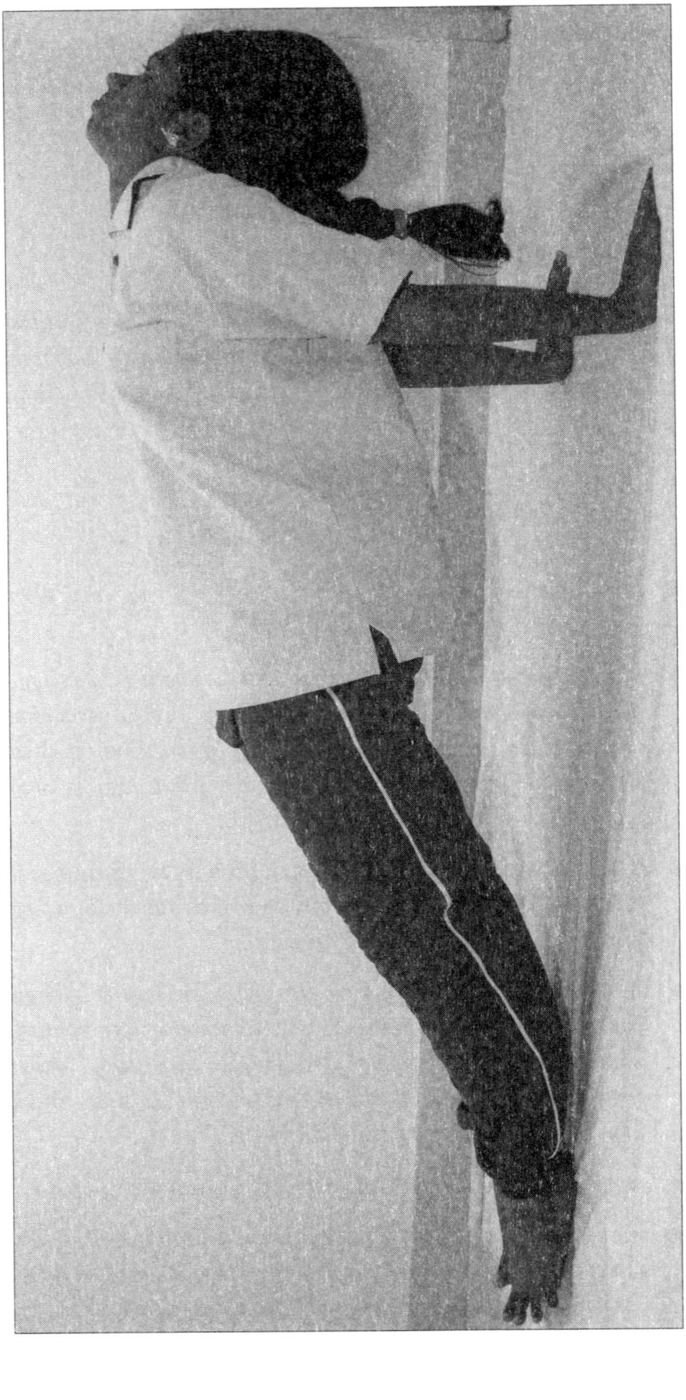

பூர்வத்தாசனம்

பலன்கள்:

இந்த ஆசனம், முன் பக்கமாக வளையும் செய்யக்கூடிய அனைத்து ஆசனங்களுக்கும் சிறந்த மாற்று ஆசனமாகும். இந்த ஆசனத்தைச் செய்தால், கண் பார்வை நன்கு கூர்மை அடையும். மேலும், மணிக்கட்டுகளும், தோள்களும், முழங்கை மூட்டுகளும் நன்கு வலுப்படும்.

ஆசனம் எண்: 14

உஷ்ட்ராசனம்

உஷ்ட்ரம் என்றால் ‘ஒட்டகம்’. இந்த ஆசனம், ஒட்டகத்தைப் போன்ற தோற்றம் தருவதால், இதற்கு உஷ்ட்ராசனம் என்று பெயர்.

செய்முறை:

- முதலில் தரையில், முட்டி போட்டு நிற்கவும். அதாவது, முழங்கால்களும், கணுக்கால்களும் தரையில் படுமாறு நிற்கவும். பாதங்கள் மேல்நோக்கி இருக்க வேண்டும்.
- கால் பாதங்களை ஒன்றோடு ஒன்று சேர்த்து வைக்கவும்.
- அடுத்து, மெதுவாக மூச்சை ஆழ்ந்து உள் இழுத்துக் கொண்டே பின்பக்கமாகச் சாய வேண்டும்.
- இடது உள்ளங்கையை இடது கால் பாதத்திலும், வலது உள்ளங்கையை வலது கால் பாதத்திலும் வைக்கவும்.
- பிறகு, முதுகை எவ்வளவு முடியுமோ அந்த அளவுக்கு நன்றாக வளைக்கவும். தலையைப் பின்பக்கமாகத் தொங்கவிடவும். தலையின் உச்சிப்பகுதி, தரையைப் பார்த்தபடி இருந்தால் கூடுதல் சிறப்பு.
- இப்படி செய்யும்போது, தொடைப்பகுதி உள் பக்கமாகச் சாய்ந்திருக்கக் கூடாது. தரைக்குச் செங்குத்தாக இருக்க வேண்டும்.
- இந்த நிலையில் சுமார் 30 விநாடிகள் சாதாரண மூச்சில் இருக்கவும். பிறகு, கைகளை ஒவ்வொன்றாக மேலே எடுத்து இயல்பு நிலைக்குத் திரும்பவும்.

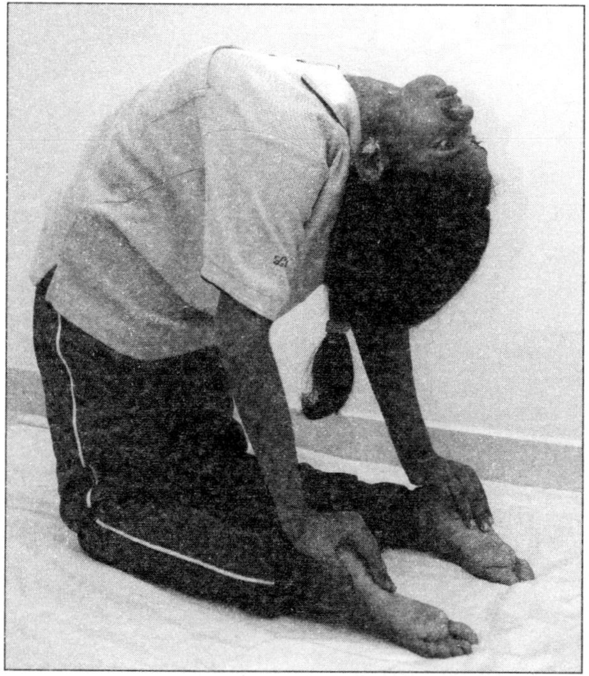

ஆசனத்தின் பின் பக்கத் தோற்றம்

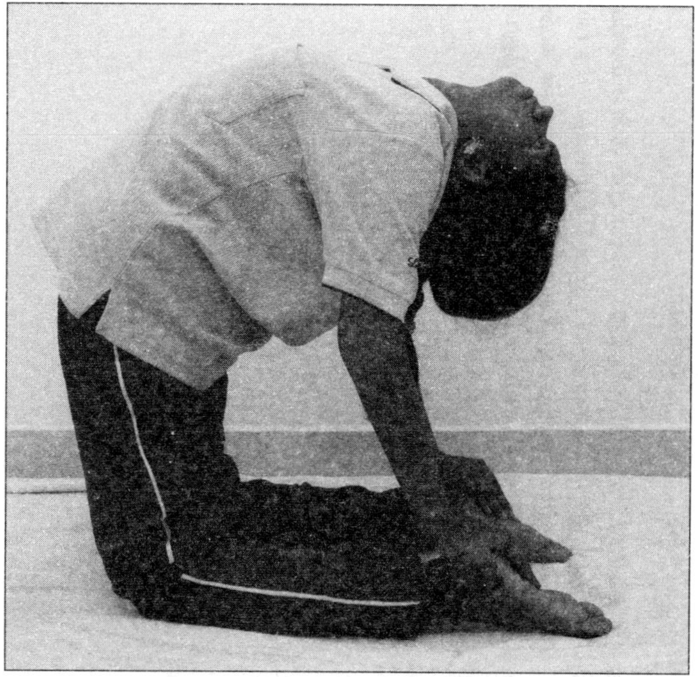

ஆசனத்தின் பக்கவாட்டுத் தோற்றம்

பலன்கள்:

முதுகுத் தண்டை உறுதிப்படுத்தி, வளையும் தன்மையை அதிகரிப்பதில் இந்த ஆசனம் மிக முக்கியமானது. தோள் மூட்டுகளில் உள்ள குறைபாடுகளைத் தீர்ப்பதுடன் கூன் விழுந்த முதுகை நேராக்கவும் உதவுகிறது. தவிர, கழுத்துப் பகுதி தசைகளை வலுப்படுத்துகிறது.

ஆசனம் எண்: 15

கோமுகாசனம்

கோ என்றால் 'பசு'. இந்த ஆசனம், பசுவின் தோற்றத்தைப் போல் இருப்பதால், இதற்கு கோமுகாசனம் என்று பெயர்.

செய்முறை:

- முதுகு நன்கு நிமிர்ந்த நிலையில் கால்களை முன் பக்கம் நீட்டி உட்காரவும். பிறகு, வலது காலை மடித்து இடது தொடையின் வெளிப்பக்கம் வைக்கவும். பாதம் தரையில் பதிந்திருக்க வேண்டும்.
- அடுத்து, இடது காலை மடித்து வலது புட்டத்துக்குக் கீழே வைக்கவும். பிறகு, இடது கையை மடித்து நடு முதுகில் வைக்கவும். அடுத்து வலது கையையும் மேல்பக்கமாக உயர்த்தி முதுகுப் பக்கம் வளைக்கவும். விரல்களைக் கொக்கி போல் நினைத்து இரண்டு கைகளையும் கோக்கவும்.
- முதுகு நிமிர்ந்திருக்க, இடது கையை மேல் நோக்கியும் வலது கையை கீழ்நோக்கியும் பிடியைத் தளர்த்தாமல் இழுக்கவும். இந்த நிலையில் சுமார் 30 விநாடிகளுக்கு சாதாரண மூச்சில் இருந்து இயல்பு நிலைக்குத் திரும்பவும்.
- இதேபோல், கால்களையும் கைகளையும் மாற்றி மீண்டும் செய்யவும்.

பலன்கள்:

தோள்மூட்டுகளிலும், கழுத்திலும் உள்ள தசைப்பிடிப்பை யும், வலியையும் போக்குவதில் சிறந்த ஆசனம் இது. மேலும், முழங்கால் மூட்டுகளில் ஏற்படும் இறுக்கத்தையும் போக்குகிறது.

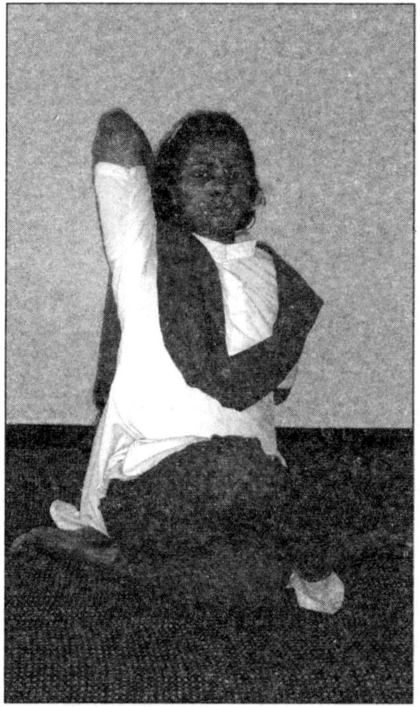

ஆசனத்தின் முன் பக்கத் தோற்றம்

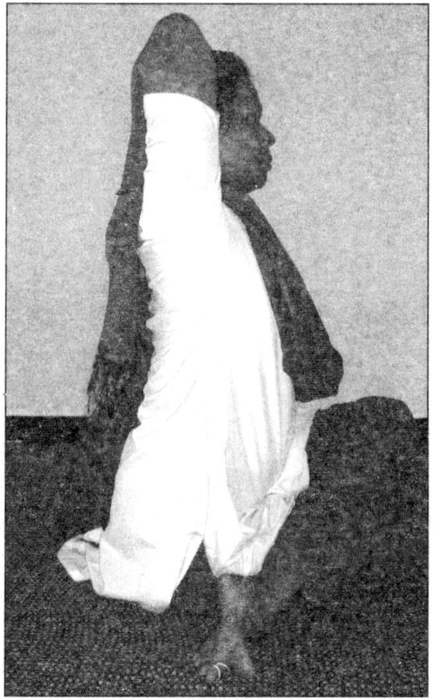

ஆசனத்தின் பக்கவாட்டுத் தோற்றம்

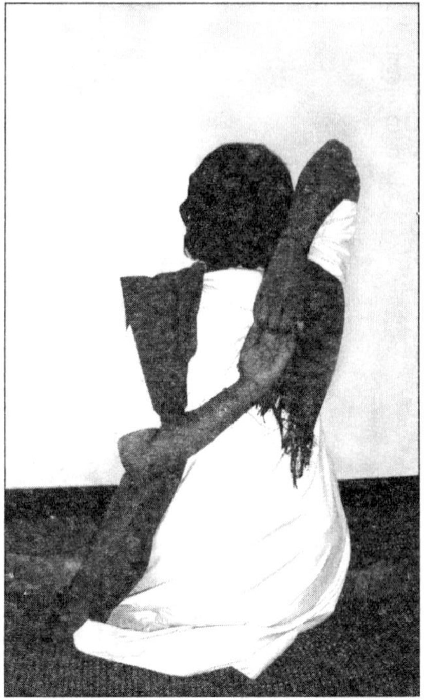

ஆசனத்தின் பின் பக்கத் தோற்றம்

ஆசனம் எண்: 16

பத்த கோணாசனம்

பத்த என்றால் ‘பிடித்த’ அல்லது ‘நிறுத்திய நிலை’ என்று பொருள். இந்த ஆசனத்தின்போது, கால்களின் கோணத்தை இறுதி நிலை வரை மாற்றாமல் வைத்திருப்பதால் இதற்கு பத்த கோணாசனம் என்று பெயர்.

செய்முறை:

- இரண்டு கால்களையும் முன் பக்கமாக நீட்டி முதுகை நிமிர்த்தி உட்காரவும்.
- பிறகு, இரண்டு கால்களையும் மடித்து பாதங்கள் இரண்டையும் ஒன்றோடு ஒன்று உள்பக்கமாகத் தொட்டுக்கொண்டிருக்கும்படி வைக்கவும்.
- அடுத்து இரண்டு கைகளாலும், கால் பாதங்களைக் கெட்டியாகப் பிடித்துக்கொள்ள வேண்டும்.
- முதுகை நன்கு நேராக்கிக்கொண்டு, மூச்சை ஆழ்ந்து உள் இழுத்தபடியே முதுகை லேசாக பின்பக்கமாகச் சாய்க்கவும்.
- அடுத்து, மூச்சை வெளிவிட்டுக்கொண்டே, முன் பக்கமாகச் சாய்ந்து நெற்றியால் தரையைத் தொடவும். அப்படிச் செய்யும்போது, கால் பாதங்கள் இரண்டும் பிரிந்துவிடாமல் பார்த்துக்கொள்ள வேண்டும். மேலும், புட்டப்பகுதி தரையில் இருந்து மேல் எழும் பாமலும் இருக்க வேண்டும்.
- இந்த நிலையில் சுமார் 30 விநாடிகள் இருந்துவிட்டு, சாதாரண மூச்சில் இயல்பு நிலைக்குத் திரும்பவும்.

ஆசனத்தின் முதல் நிலை

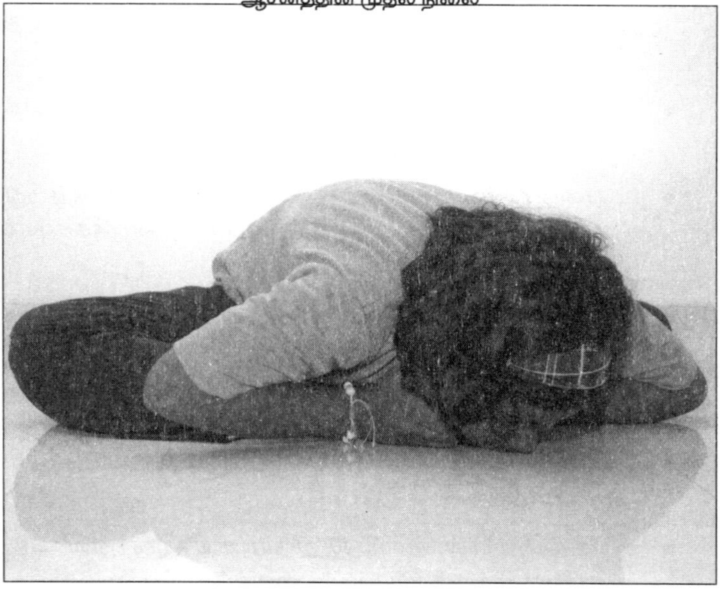

ஆசனத்தின் இறுதி நிலை

பலன்கள்:

இந்த ஆசனம், இடுப்பு மற்றும் வயிற்றுப் பகுதிக்கு ரத்த ஓட்டத்தை அதிகரிக்கிறது. சிறுநீரகக் குறைபாடுகளுக்குச் சிறந்த ஆசனம் இது. குடல் பகுதியின் செயல்பாடுகளை மேம்படுத்துவதுடன், பெண்களின் மாதவிலக்கு மற்றும் பிரசவ கால பிரச்னைகளுக்குத் தீர்வு அளிக்கும் ஆசனமாகவும் இது விளங்குகிறது.

ஆசனம் எண்: 17

மரீச்சாசனம்

மரீச்சி என்பது ஒரு துறவியின் பெயர். அவரது நினைவாகவே, இந்த ஆசனத்துக்கு மரீச்சாசனம் என்று பெயர் வைக்கப்பட்டுள்ளது.

செய்முறை:

- முதலில், இரண்டு கால்களையும் முன் பக்கமாக நீட்டி நிமிர்ந்து உட்காரவும்.
- பிறகு, வலது காலை மேல்நோக்கி மடக்கி வைக்கவும். வலது கால் பாதம், இடது தொடையை உள் பக்கமாகத் தொட்டுக்கொண்டு இருக்க வேண்டும்.
- வலது தொடைப்பகுதி தரைக்குச் செங்குத்தாக இருக்க வேண்டும்.
- பிறகு, முன் பக்கமாகக் குனிந்து, வலது கையை வலது முழங்காலைச் சுற்றி வளைத்து உள்ளங்கையை முதுகுக்குக் கொண்டு வரவும். இடது கையை பின் பக்கமாகக் கொண்டு சென்று, வலது கை மணிக்கட்டைப் பிடிக்கவும்.
- இந்த நிலையில், மூச்சை ஆழ்ந்து உள் இழுத்துக் கொண்டே முதுகை நன்கு நிமிர்த்தி மேலே பார்க்கவும். பிறகு, மூச்சை வெளிவிட்டுக்கொண்டே, முன்னே குனிந்து, நெற்றியை அல்லது கீழ்த்தாடையை இடது முழங்காலில் வைத்து 20 விநாடிகளுக்கு அதே நிலையில் சாதாரண சுவாசத்தில் இருக்கவும்.
- பிறகு, ஆழ்ந்த உள் மூச்சுடன் நிமிர்ந்து கைகளை விடுவித்தவுடன், கால்களை மாற்றி மேலே செய்தது போல் செய்யவும்.

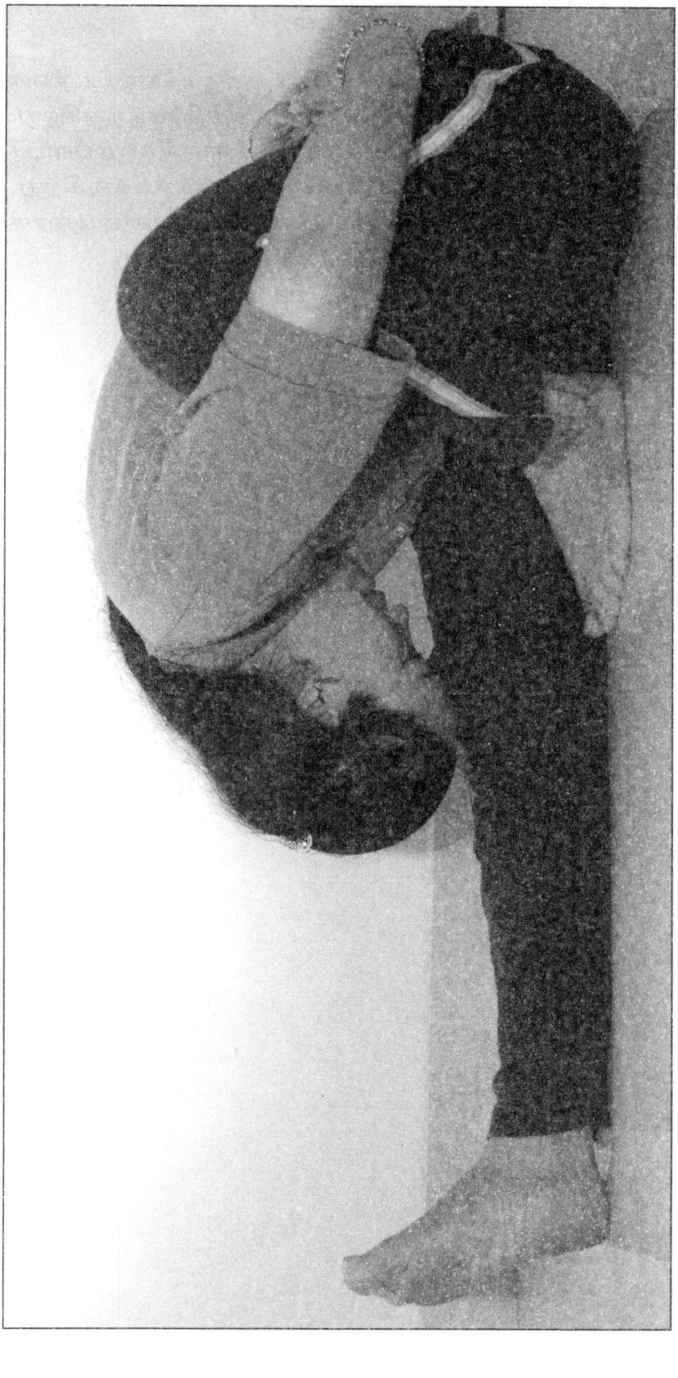

மரீச்சாசனம்

பலன்கள்:

இந்த ஆசனம், வயிற்று உள் உறுப்புகளுக்கு ரத்த ஓட்டத்தை அதிகரித்து அவற்றின் செயல்பாட்டை அதிகப்படுத்துகிறது. மேலும், உள் உறுப்புகளைச் சுற்றியிருக்கும் கொழுப்பைக் குறைத்து, உடலின் எடையைக் குறைக்க உதவுகிறது. கைகளில் உள்ள அனைத்து மூட்டுகளுக்கும் வலிமையைக் கொடுத்து, அவற்றை எளிதாக இயக்க உதவுகிறது.

ஆசனம் எண்: 18

அகர்ண தனுராசனம்

கர்ண என்றால் 'காது' என்றும் அகர்ண என்றால் 'காதுக்கு அருகில்' என்றும் தனுர் என்றால் 'வில்' என்றும் பொருள். இந்த ஆசனம், பாதத்தைக் கையால் பிடித்து இழுத்து காதுக்கு அருகே வைத்து, அம்பின் பின் பகுதியை எய்வதற்கு வசதி யாக நாணில் ஏற்றிப் பிடித்திருப்பதுபோல் இருப்பதால் இதற்கு அகர்ண தனுராசனம் என்று பெயர்.

செய்முறை 1:

- முதலில் இரண்டு கால்களையும் முன் பக்கம் நீட்டி உட்காரவும்.
- அடுத்து, இடது கால் கட்டைவிரலை இடது கையா லும், வலது கால் பெருவிரலை வலது கையாலும் பிடிக்கவும்.
- பிறகு, வலது முழங்காலை மடக்கி வலது கையால் மேலே இழுத்து பாதத்தை வலது காதுக்கு அருகே கொண்டு வரவும்.
- முடிந்த வரை முகத்தை முன் பக்கமாக எவ்வளவு தூரம் முடியுமோ அதுவரை வளைக்கவும். முதுகையும் முடிந்தவரை நிமிர்த்தவும்.
- இந்த நிலையில், சுமார் 20 விநாடிகள் வரை, சாதாரண மூச்சில் இருந்துவிட்டு, இயல்பு நிலைக்குத் திரும்ப வும். மீண்டும், மேலே செய்ததுபோல், காலை மாற்றிச் செய்யவும்.

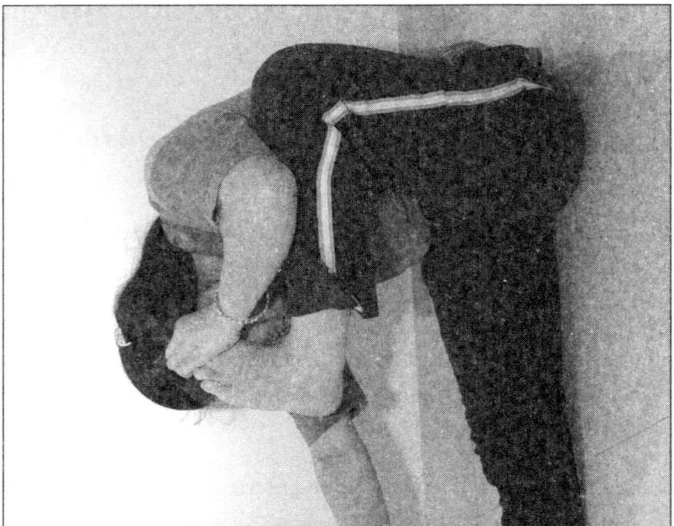

செய்முறை - 1, இடது கால்

செய்முறை - 2, இடது கால்

செய்முறை - 1, வலது கால்

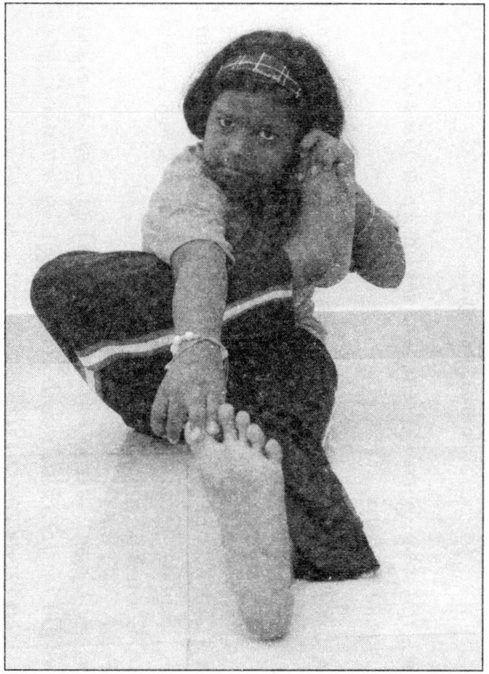

செய்முறை - 2, வலது கால்

செய்முறை 2:

- முதலில் இரண்டு கால்களையும் முன் பக்கம் நீட்டி உட்காரவும்.
- அடுத்து, இடது கால் கட்டைவிரலை வலது கையாலும், வலது கால் பெருவிரலை இடது கையாலும் பிடிக்கவும்.
- பிறகு, வலது முழங்காலை மடக்கி இடது கையால் மேலே இழுத்து பாதத்தை இடது காதுக்கு அருகே கொண்டு வரவும்.
- அடுத்து, வலது காலை மடக்கி இடது காதையும் சேர்த்துப் பிடிக்கவும். பிறகு, இடது காலைத் தூக்கி வலது காதைப் பிடிக்கவும்.

பலன்கள்:

இந்த ஆசனத்தால், கால் மற்றும் வயிற்றுப் பகுதி தசைகள் நன்றாக இயக்கப்படுகின்றன. இதனால், மலச்சிக்கல் வராமல் தடுக்கப்படுகிறது.

ஆசனம் எண்: 19

கூர்மாசனம்

கூர்மம் என்றால் ‘ஆமை’. இந்த ஆசனம், ஆமையின் வடிவத்தில் இருப்பதால் இதற்கு, கூர்மாசனம் என்று பெயர்.

செய்முறை:

- முதலில், கால்களைக் கொஞ்சமாக பக்கவாட்டில் அகட்டி வைத்து முன் பக்கமாக நீட்டி உட்காரவும்.
- அடுத்து, முழங்கால்களைச் சற்று மேலே உயர்த்தி, முன் பக்கமாகக் குனிந்து, வலது கையை வலது முழங் காலுக்கு அடியில் நுழைத்து வெளிப் பக்கமாகக் கொண்டு வரவும்.
- அதேபோல், இடது கையை இடது முழங்காலுக்கு அடி யில் நுழைத்து வெளிப் பக்கமாகக் கொண்டு வரவும்.
- அதாவது, வலது கை, வலது காலுக்கு செங்குத்தாக வும், இடது கை, இடது காலுக்கு செங்குத்தாகவும் இருக்க வேண்டும். கால்கள் வளையாமல் இருக்க வேண்டும்.
- இந்த நிலையில், முதுகையும் கழுத்தையும் முன் பக்கம் நன்றாக நீட்டி வயிறு, மார்பு மற்றும் கீழ்த்தாடையைத் தரையில் பதிக்கவும்.
- சுமார் 30 விநாடிகளுக்கு சாதாரண மூச்சில் இருந்து, பிறகு, முழங்கால்களை உயர்த்தி, கைகளைத் தளர்த்தி, முதுகை நிமிர்த்தி மேலே எழுந்து உட்காரவும்.

பலன்கள்:

இந்த ஆசனம், உடலில் உள்ள அனைத்து நரம்புகளையும் இயக்குகிறது. இதனால், சோர்வு நீங்கி உடல் புத்துணர்வு பெறுகிறது.

கூர்மாசனம் முதல் நிலை

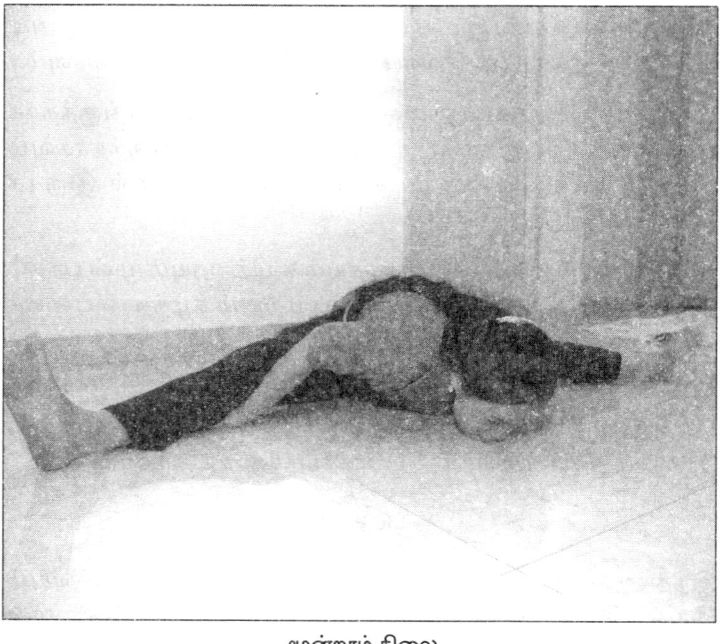

மூன்றாம் நிலை

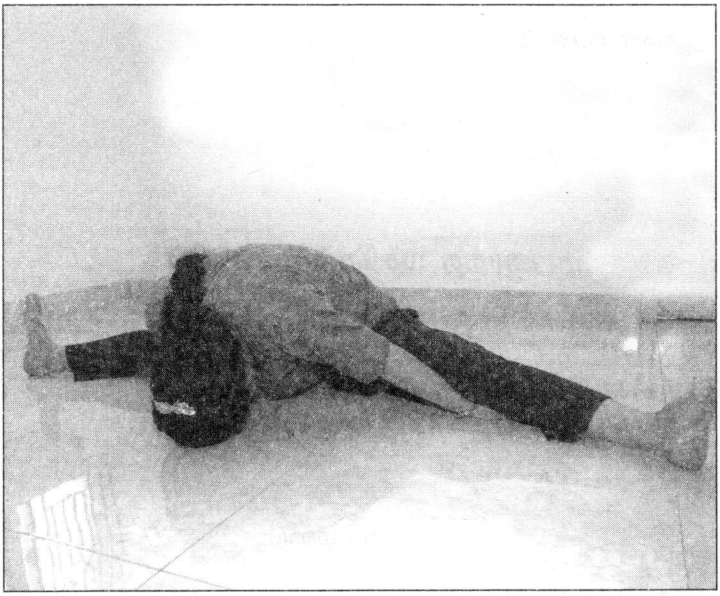

இரண்டாம் நிலை

இறுதி நிலை

ஆசனம் எண்: 20

அர்த்த மச்சேந்திராசனம்

அர்த்த என்றால் 'பாதி' என்று பொருள். மச்சேந்திரா என்பது முற்காலத்தில் வாழ்ந்த ஒரு துறவியின் பெயர். அவர் நினைவாக இந்த ஆசனத்துக்கு அர்த்த மச்சேந்திராசனம் என்று பெயர் வைக்கப்பட்டுள்ளது.

செய்முறை:

- கால்களை முன்பக்கமாக நீட்டி, முதுகை நிமிர்த்தி உட்கார வேண்டும்.
- அடுத்து, வலது காலை மடித்து இடது தொடைக்கு அடியில் வைக்கவும். அப்போது, வலது குதிகால், இடது புட்டத்தைத் தொட்டுக்கொண்டிருக்க வேண்டும்.
- பிறகு, இடது காலை மடித்து, வலது தொடைக்கு வெளிப்பகுதியில் இடது பாதத்தைத் தரையில் நன்றாகப் பதித்து வைக்கவும்.
- அடுத்து, ஆழ்ந்த உள் மூச்சுடன் வலது கையை தலைக்கு மேலே நீட்டவும்.
- பிறகு, ஆழ்ந்த வெளி மூச்சுடன், இடுப்பையும் கழுத்தையும் இடது பக்கமாகத் திருப்பி, வலது கையை இடது காலின் வெளிப் பக்கம் கொண்டு சென்று இடது கணுக்கால் அல்லது பாதத்தைப் பிடிக்கவும்.
- அடுத்து, இடது கையை முதுகுப் பக்கம் கொண்டு சென்று வலது இடுப்புப் பகுதியைப் பிடிக்கவும். இந்த நிலையில் சுமார் 30 விநாடிகளுக்கு இயல்பான சுவாசத்துடன் இருக்கவும்.

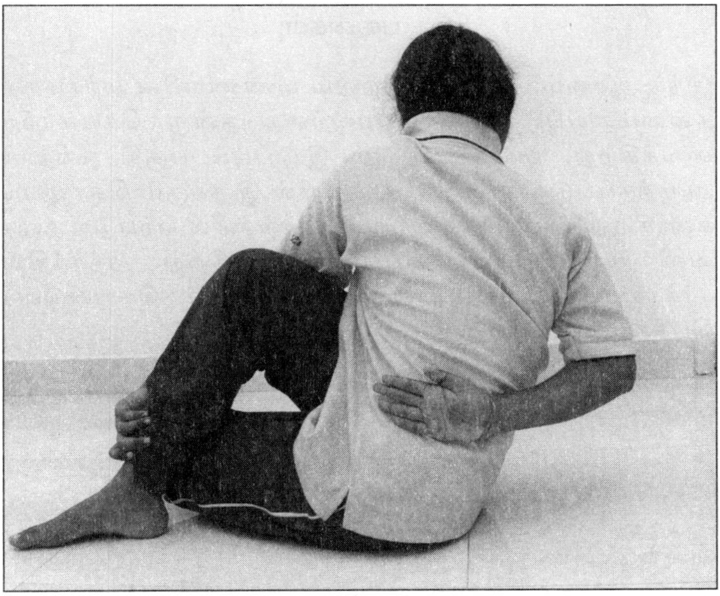

ஆசனத்தின் பின் பக்கத் தோற்றம்

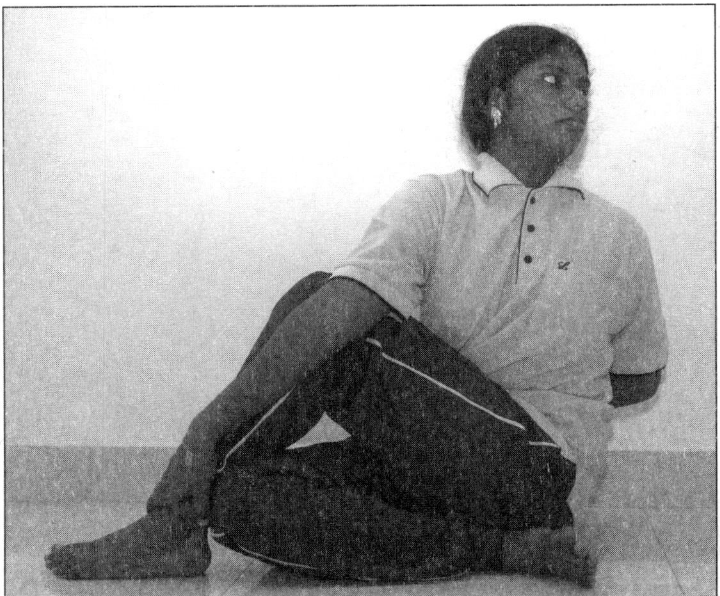

ஆசனத்தின் முன் பக்கத் தோற்றம்

பலன்கள்:

இந்த ஆசனம், கல்லீரல் மற்றும் மண்ணீரலின் மந்தமான தன்மையைப் போக்கி, அவற்றை நன்கு செயலாற்ற வைக்கிறது. வயிறு மற்றும் இடுப்புப் பகுதி நன்றாக அழுத்தப்படுவதால், அப்பகுதியில் இருக்கும் கொழுப்பு கரைகிறது. அடிமுதுகு மற்றும் தோள்களில் ஏற்படும் தசை வலி மற்றும் பிடிப்பைப் போக்குகிறது. ரத்தத்தில் சர்க்கரையின் அளவைக் கட்டுப்பாட்டில் கொண்டுவர பெரிதும் உதவுகிறது.

ஆசனம் எண்: 21

ஹனுமனாசனம்

இந்த ஆசனம், ராம தூதனான ஹனுமனுக்கு அர்ப்பணிக்கப் பட்டதால், இதற்கு ஹனுமனாசனம் என்று பெயர்.

செய்முறை:

- முதலில், குத்துக்காலிட்டு உட்காரவும்.
- பிறகு, வலது காலை பின் பக்கமாக நீட்டவும்.
- இரண்டு உள்ளங்கைகளையும் உடலை ஒட்டியபடி பக்கவாட்டில் தரையில் பதிக்கவும்.
- பிறகு, இடது காலையும் கொஞ்சம் கொஞ்சமாக முன் பக்கம் நீட்டவும்.
- அடுத்து, இடுப்புப் பகுதியில் நன்கு அழுத்தத்தைக் கொடுத்து தொடைகள் நன்கு தரையில் பதியும்படிச் செய்ய வேண்டும்.
- இந்த நிலையில், வலது காலை மேலும் பின் நோக்கி நீட்டி, முழங்காலில் வளைவு இல்லாமல் தரையில் நன்கு பதிக்கவும்.
- அதேபோல், இடது கால் தொடையின் அடிப்பகுதி, கெண்டைக்கால், குதிகால் மூன்றும் தரையில் நன்றாகப் பதிந்திருக்க வேண்டும். அதாவது, வலது கால் முனையில் இருந்து இடது கால் முனை வரை ஒரே நேர்க்கோட்டில் கால்கள் இருக்க வேண்டும்.
- பிறகு, இரண்டு கைகளையும் வணக்கம் தெரிவிப்பது போல் ஒன்று சேர்த்து மார்பில் வைக்கவும். முகமும் மார்பும் இடது காலைப் பார்த்தபடி இருக்கவும்.

ஹனுமனாசனம்

- முடிந்தால், கூப்பிய கைகளைத் தலைக்கு மேலே தூக்கி நீட்டவும்.
- இந்த நிலையில், எவ்வளவு நேரம் இருக்க முடியுமோ அவ்வளவு நேரம் சாதாரண சுவாசத்தில் இருக்கவும்.
- பிறகு, கால்களை மாற்றி மேலே செய்தது போல் செய்யவும்.

பலன்கள்:

இந்த ஆசனம், நரம்புகளில் ஏற்படும் வலியைக் குறக்க உதவுகிறது. மேலும், தொடையில் அதிகப்படியான சதையைக் குறைத்து தசைகளை இறுக்கிக் கடினமாக்குகிறது.

ஆசனம் எண்: 22

மயூராசனம்

மயூர் என்றால் 'மயில்'. இந்த ஆசனத்தில், கால்கள் ஆண் மயிலின் தோகையைப்போல் நீண்டிருப்பதால், இதற்கு மயூராசனம் என்று பெயர்.

செய்முறை:

- முதலில் தரையில் முழங்காலிட்டு உட்காரவும். இரண்டு முழங்கால்களுக்கு இடையே சிறிது இடை வெளி இருக்கட்டும்.
- அடுத்து, இரு கைகளையும் இணைத்து உள்ளங் கைகளை முழங்கால்களுக்கு இடையே உள்ள இடை வெளியில் தரையில் பதிக்கவும். சுண்டு விரல்கள் ஒன்றோடு ஒன்று ஒட்டிக்கொண்டிருக்கும் நிலையில், விரல்கள் அனைத்தும் பின் பக்கமாகத் திரும்பியிருக்க வேண்டும்.
- அடுத்து, சற்றே முன் பக்கம் குனிந்து முழங்கைகள் மீது வயிற்றுப் பகுதியை அழுத்தி வைக்கவும்.
- பிறகு, கால்களை ஒவ்வொன்றாக பின் பக்கமாக நீட்டி முழங்கால்களை நேராக்கவும். கால் விரல்கள் மட்டும் தரையில் ஊன்றியிருக்க வேண்டும். இப்போது பார்க்கும்போது, தலை முதல் கால் வரை உடல் பகுதி ஒரே நேர்க்கோட்டில் இருக்க வேண்டும்.
- இந்த நிலையில், ஒரு சில நிமிடங்கள் சாதாரண மூச்சில் இருக்கவும். பிறகு, மூச்சை வெளிவிட்டுக் கொண்டே, உடலின் மொத்த எடையையும் முழங் கைகளில் தாங்கிக்கொண்டு, தலையை முன் நோக்கிக்

மயூராசனம்

குனிந்து கொஞ்சம் சரிவான கோணத்தில் கால்களை மேல் நோக்கித் தூக்கவும்.

- சாதாரண சுவாசத்தில் சுமார் 20 முதல் 30 விநாடிகள் வரை இதே நிலையில் இருக்கவும். பிறகு, கால்களை மெதுவாகத் தரையில் ஊன்றி, முழங்காலிட்டு கைகளை மெதுவாக விடுவிக்கவும்.

பலன்கள்:

மலச்சிக்கலைப் போக்கவதில் இந்த ஆசனம் முக்கியப் பங்காற்றுகிறது. கணையம் சிறப்பாக இயங்கவும், வயிற்றுப் பகுதியில் சேரும் கொழுப்பைக் கரைக்கவும் இந்த ஆசனம் மிகவும் உதவியாக இருக்கும்.

ஆசனம் எண்: 23

பத்ம மயூராசனம்

மயூராசனத்தில் (ஆசனம் எண் : 22) இருந்து, கால்களைப் பத்மாசனத்தில் (ஆசனம் எண் : 3) இருப்பதுபோல் வைத்துக் கொள்வதால், இந்த ஆசனத்துக்கு பத்ம மயூராசனம் என்று பெயர்.

செய்முறை:

- முதலில் மயூராசனம் செய்யவும்.
- பிறகு, இடது பாதத்தைத் தரையில் ஊன்றாமல், வலது காலை மெதுவாக மடித்து பாதத்தை இடது தொடை மீது வைக்கவும். அடுத்து, இடது காலை மடித்து பாதத்தை வலது தொடை மீது வைக்கவும்.
- முழங்கால் மூட்டுகள் தரையைப் பார்க்காமல், தரைக்கு இணையாக இருக்க வேண்டும்.
- இந்த நிலையில், சுமார் 20 விநாடிகளுக்கு சாதாரண சுவாசத்தில் இருக்கவும். பிறகு, கால்களை விடுவித்து, மயூராசனத்துக்குத் திரும்பி, கால்களை மாற்றி வைத்தி மேலே செய்தது போல் செய்யவும்.

பலன்கள்:

மயூராசனம் செய்வதால் கிடைக்கும் பலன்களுடன், உடலின் கழிவுகளை வெளியேற்றுவதிலும் இந்த ஆசனம் முக்கியப் பங்காற்றுகிறது.

பத்ம மயூராசனம் முதல் நிலை

இறுதி நிலை

ஆசனம் எண்: 24

சிரசாசனம்

சிரசு என்றால் ‘தலை’. உடலில் முக்கியமான பகுதி தலை. இந்த ஆசனத்தில், தலை கீழே இருக்க உடலின் பிற பகுதிகள் மேலே இருப்பதால், இதற்கு சிரசாசனம் என்று பெயர்.

செய்முறை:

- முதலில், முழங்காலிட்டு தரையில் உட்காரவும்.
- அடுத்து, இரண்டு கை விரல்களையும் கோத்து கீழே வைக்கவும். அப்போது, சுண்டு விரல்கள் தரையிலும், கட்டை விரல்கள் மேலேயும் இருக்க வேண்டும்.
- பிறகு, முழங்கைகளையும் தரையில் ஊன்றி முன் பக்கமாகக் குனிந்து உச்சந்தலையை உள்ளங்கை களுக்கு அருகே வைக்கவும்.

  (தலையின் பாரத்தை கை விரல்கள் மீது பதிக்காமல், விரல்களை ஆசனத்தின் சம நிலையை ஒழுங்கு படுத்துவதற்கு மட்டும் பயன்படுத்தவும்).

- அடுத்து, இரண்டு முழங்கைகளுக்கு இடையே உள்ள தூரம் தோள்களுக்கு இடையே உள்ள தூரத்தைவிட அதிகமாகாமல் பார்த்துக்கொள்ளவும்.
- பிறகு, சாதாரண சுவாசத்தில் கால் விரல்களை நன்கு தரையின் ஊன்றி, முழங்கால்களை நிமிர்த்தி பாதங் களை மெதுவாக முன் நோக்கி, அதாவது முகத்தை நோக்கி நகர்த்திக்கொண்டே வரவும்.
- கிட்டத்தட்ட தரைக்குச் செங்குத்தாக முதுகைக் கொண்டு வந்தவுடன், மூச்சை வெளிவிட்டுக் கொண்டே பாதங்களைத் தரையில் இருந்து மேலே எழுப்பவும்.

சிரசாசனம்

- இந்த நிலையில், முழங்கால்களை வளைக்காமல், கால்களைத் தரைக்கு இணையாக கிடைமட்டத்தில் நிறுத்தவும். பிறகு, மூச்சை ஆழ்ந்து உள் இழுத்துக் கொண்டே, கால்களை மேலும் உயர்த்தி, தரைக்குச் செங்குத்தாக நிறுத்தவும்.

- இப்போது, தலை உச்சியில் இருந்து உள்ளங்கால் வரை உள்ள உடல் பகுதி ஒரே நேர்க்கோட்டில், தரைக்குச் செங்குத்தாக இருக்கும்.

- இந்த நிலையில் ஓரிரு நிமிடங்கள் சாதாரண சுவாசத்தில் இருக்கவும்.

- தொடர்ந்து பயிற்சி செய்வதன் மூலம், 5 நிமிடங்கள் அல்லது அதற்கும் அதிகமாக நேரத்துக்கு தலைகீழாக நிற்க முடியும்.

- கூடுமானவரை, உடலை முன்னும் பின்னும் ஆடாமல் பார்த்துக்கொள்ளவும்.

- பிறகு, மூச்சை வெளிவிட்டுக்கொண்டே கால்களை மெதுவாக இறக்கி, பாதங்களைத் தரையில் வைக்கவும். அடுத்து, தலையின் நிலையை மாற்றாமல் முழங்கால்களைத் தரையில் வைக்கவும். பிறகு, 30 முதல் 40 விநாடிகள் வரை அதே நிலையில் சாதாரண சுவாசத்துடன் இருந்து தலையை மெதுவாகத் தூக்கி உட்காரவும்.

பலன்கள்:

ஒரு மனிதனுடைய வளர்ச்சியும் ஆரோக்கியமும், அவனுடைய உடலில் உள்ள நாளமில்லா சுரப்பிகளின் செயல்பாட்டைப் பொருத்தே அமையும் என்று மருத்துவர்கள் சொல்கிறார்கள். அந்த வகையில், நாளமில்லா சுரப்பிகளை நன்கு செயல்பட வைப்பதால், இந்த சிரசாசனத்தை ஆசனங்களில் அரசன் என்று சொல்லலாம். உடலில் உள்ள அனைத்து உறுப்புகளுக்கும் ஏதாவது ஒருவகையில் பயன் தரக்கூடிய ஆசனங்களில் ஒன்று இது.

ஆசனம் எண்: 25

பத்ம சிரசாசனம்

பத்மாசனத்தையும் (ஆசனம் எண் : 3) சிரசாசனத்தையும் (ஆசனம் எண் : 24) சேர்த்துச் செய்வதால் இந்த ஆசனத்துக்கு பத்ம சிரசாசனம் என்று பெயர்.

செய்முறை:

- முதலில், சிரசாசனத்தில் நிற்கவும்.
- பிறகு, சாதாரண சுவாசத்துடன், வலது காலை மடித்து பாதத்தை இடது தொடை மீது வைக்கவும்.
- அடுத்து, இடது கால் பாதத்தை, வலது தொடை மீது வைக்கவும்.
- தலையில் இருந்து முழங்கால் வரை உள்ள உடல் பகுதி தரைக்குச் செங்குத்தாக இருக்கும்படி நிற்கவும்.
- இந்த நிலையில், சுமார் ஒரு சில நிமிடங்கள் சாதாரண சுவாசத்துடன் இருந்து பிறகு கால்களை ஒவ்வொன் றாக விடுவித்து மீண்டும் சிரசாசனத்துக்கு வரவும்.
- அடுத்து, கால்களை மாற்றி வைத்து மேலே செய்தது போல் செய்யவும்.

பலன்கள்:

சிரசாசனம் செய்வதால் கிடைக்கும் பலன்கள் அனைத்தும், இந்த ஆசனம் செய்வதாலும் கிடைக்கும்.

பத்ம சிரசாசனம்

ஆசனம் எண்: 26

பாகாசனம்

பாகா என்றால் 'கொக்கு'. இந்த ஆசனம், கொக்கின் வடிவத்தில் இருப்பதால் இதற்கு பாகாசனம் என்று பெயர்.

செய்முறை:

- முதலில் தரையில் குத்துக்காலிட்டு உட்காரவும்.
- அடுத்து, இரண்டு தோள்களுக்கு இடையே எவ்வளவு தூரம் இருக்கிறதோ அந்த அளவுக்கு உள்ளங்கைகளை முன் பக்கமாக விரல்கள் முன் நோக்கி இருக்கும்படி தரையில் ஊன்றவும்.
- பிறகு, முழங்கைகளை சற்று மடக்கி பக்கவாட்டில் அகட்டவும். அடுத்து, கால் விரல்களையும் உள்ளங்கை களையும் மட்டும் தரையில் ஊன்றி, குதிகால்களை செங்குத்தாக மேலே தூக்கவும்.
- இந்த நிலையில், வலது முழங்காலை வலது அக்குள் பகுதியிலும், இடது முழங்காலை இடது அக்குள் பகுதியிலும் வைக்கவும்.
- பிறகு, தலை, உடல் மற்றும் கால் பாதம், முன்னோக்கி சாய்ந்தபடியே முழங்கைகளை மேலே உயர்த்தித் தூக்க வும். இந்த நிலையில், எவ்வளவு நேரம் முடியுமோ அவ்வளவு நேரம் சாதாரண மூச்சில் இருக்கவும். முடிந்த வரை இயல்பான சுவாசத்துடன் இருக்கவும். பின்னர் முழங்கைகளை மடித்து கால் பாதங்களை மெதுவாகக் கீழே இறக்கவும்.

பலன்கள்:

இந்த ஆசனம், கைகளுக்குப் பலம் கொடுத்து உறுதிப்படுத்து கிறது. மேலும், வயிற்றுத் தசைகளை இறுக்கி வலு சேர்க்கிறது.

பாகாசனம் முன் பக்கத் தோற்றம்

பக்கவாட்டுத் தோற்றம்

ஆசனம் எண்: 27

பார்சுவ பாகாசனம்

பார்சுவ என்றால் 'பக்கவாட்டு' என்று பொருள். இரண்டு முழங்கால்களையும் ஒரே பக்கவாட்டில் வைத்து பாகாசனம் செய்வதால் இதற்கு பார்சுவ பாகாசனம் என்று பெயர்.

செய்முறை:

- பாகாசனம் செய்வதுபோல், இரண்டு உள்ளங்கை களையும், தோள்களின் இடைப்பட்ட பகுதிக்குச் சமமாகத் தரையில் பதிக்கவும்.
- பிறகு, இரண்டு கால் பாதங்களையும் ஒன்றாகச் சேர்த்து, வலது பக்கமாகத் தரையில் வைக்கவும். அப்படிச் செய்யும்போது, இடது முழங்கால்மூட்டு, வலது அக்குள் பகுதியிலும், வலது தொடை இடது தொடையோடு ஒட்டியும் இருக்க வேண்டும்.
- இந்த நிலையில், முழங்கைகளைப் பார்த்துக் கொண்டே, தலையை முன் பக்கம் நீட்டி மேல் பக்க மாகத் தூக்கவும். அதே சமயம், கால்களைத் தரையில் இருந்தும் தூக்கவும்.
- அடுத்து, இயல்பான சுவாசத்தில் முழு உடல் எடை யையும் முடிந்த வரை உள்ளங்கைகளால் தாங்கவும். பிறகு, முழங்கைகளைக் கொஞ்சம் மடக்கி கால் களைத் தரையில் வைக்கவும்.
- மேலே செய்ததுபோல், இரண்டு முழங்கால்களையும் மடக்கி இடது பக்கமாக வைத்து பாகாசனம் செய்யவும்.

பலன்கள்:

இந்த ஆசனம், கணுக்கால், மூட்டு, தொடை மற்றும் இடுப்புப் பகுதியில் உள்ள கொழுப்பைக் குறைக்கப் பயன் படுகிறது.

பார்சுவ பாகாசனம் இடது பக்கத் தோற்றம்

வலது பக்கத் தோற்றம்

ஆசனம் எண்: 28

ஏக பாத பாகாசனம்

ஏக பாத என்றால் 'ஒரு கால்' என்று பொருள். பாகாசன நிலையில், ஒரு கால் பின்நோக்கி நீட்டப்படுவதால், இந்த ஆசனத்துக்கு ஏக பாத பாகாசனம் என்று பெயர்.

செய்முறை:

இந்த ஆசனத்தை இரு வழிகளில் செய்யலாம்.

முதல் வழி :

- முதலில், பாகாசனம் (ஆசனம் எண் : 26) செய்யவும். இதில் தலையைத் தரை நோக்கிக் கொஞ்சம் தாழ்த்தி, முழங்கைகளைக் கொஞ்சம் மடக்கவும்.
- இந்நிலையில் இருந்தபடியே, உள்ளங்களைகளை நன்றாகத் தரையில் ஊன்றி, வலது காலை மட்டும் மெதுவாக பின்நோக்கி நீட்டி, முழங்காலை நேராக்கவும்.
- இப்படிச் செய்த பிறகு பார்த்தால், தலை முதல் வலது பாதம் வரை உள்ள பகுதி தரைக்கு இணையாகக் கிடைமட்டத்தில் இருக்க வேண்டும்.
- இந்த நிலையில், சுமார் 20 முதல் 30 விநாடிகள் சாதாரண சுவாசத்தில் இருக்கவும்.
- பிறகு, வலது காலை மெதுவாக மடித்து பாகாசன நிலைக்குத் திரும்பவும். அடுத்து, மேலே செய்தது போல், இடது காலை மட்டும் நீட்டிச் செய்யவும்.

ஏக பாத பாகாசனம் முதல் நிலை

இறுதி நிலை

இரண்டாவது வழி :

- பாகாசனம் செய்ததுபோலவே, இடது காலை மட்டும் மடித்து, முழங்கால் பகுதியை இடது அக்குள் பகுதியிலும், வலது காலைப் பின் பக்கமாக நீட்டி விரல்கள் தரையில் படும்படியும் வைக்கவும்.
- பிறகு, மூச்சை வெளிவிட்டுக்கொண்டே தலையையும் உடலையும் முன் பக்கமாக நகர்த்தி, வலது காலைத் தரையில் இருந்து மேலே தூக்கி நேராக நீட்டவும்.
- இந்த நிலையில், 20 விநாடிகள் அல்லது அதற்கும் கூடுதலாகவோ இருந்துவிட்டு, வலது காலைத் தரையில் இறக்கவும். பிறகு, காலை மாற்றி மேலே செய்ததுபோல் செய்யவும்.

பலன்கள்:

இந்த ஆசனத்தைச் செய்தால், மணிக்கட்டுகள் மற்றும் வயிற்றுப் பகுதிகள் வலுவடைகின்றன.

ஆசனம் எண்: 29

பத்ம பாகாசனம்

பாகாசனத்தில் (ஆசனம் எண் : 26) கால்களைப் பத்மாசன (ஆசனம் எண் : 3) நிலையில் வைத்திருப்பதால் இந்த ஆசனத்துக்குப் பத்ம பாகாசனம் என்று பெயர்.

செய்முறை:

- முதலில், இடது பாதத்தை வலது தொடையிலும், வலது பாதத்தை இடது தொடையிலும் வைத்து பத்மாசனம் செய்யவும். பிறகு, இரண்டு உள்ளங்கை களையும் சற்று இடைவெளி விட்டு முன் பக்கமாகத் தரையில் ஊன்றவும்.
- புட்டத்தைத் தரைப்பகுதியில் இருந்து மேலே உயர்த்தி, முழங்கால்களைத் தரையில் உள்ளங்கைக்கு அருகே ஊன்றி, தொடைகளைத் தரைக்குச் செங்குத் தாக நிறுத்தவும்.
- பிறகு, மூச்சை வெளிவிட்டுக்கொண்டே, மடித்த கால்களை பின்பக்கமாக மேல் நோக்கித் தூக்கவும். அதே நேரத்தில், இரண்டு முழங்கால்களையும்அக்குள் பகுதியிலோ அல்லது கைகளின் பின்புறத்திலோ முட்டுக்கொடுக்கவும். அடுத்து, முன் நோக்கிப் பார்த்த படி, முடிந்தவரை சாதாரண சுவாசத்தில் இருந்து விட்டு பத்மாசன நிலைக்கு வரவும்.
- மேலே செய்ததுபோல், கால்களை மாற்றி வைத்து மீண்டும் செய்யவும்.

பலன்கள்:

உடலின் முழு எடையும் கைகளால் தாங்கப்படுவதால், கைகள் வலுவடைகின்றன. உடலில் தேங்கியிருக்கும் தேவையற்ற கொழுப்பு கரையும்.

பத்ம பாகாசனம்

ஆசனம் எண்: 30

கௌண்டினியாசனம்

இந்த ஆசனம், கௌண்டினி முனிவருக்கு அர்ப்பணிக்கப் பட்டு, அவரது பெயரால் கௌண்டினியாசனம் என்று அழைக்கப்படுகிறது.

செய்முறை:

- முதலில் பார்சுவ பாகாசனம் (ஆசனம் எண் : 27) செய்யவும்.
- அடுத்து, கால் விரல்களைத் தரையில் ஊன்றாமல், முழங்கைகளைச் சற்று வளைத்து, முழங்கால்களை நன்றாக நீட்டவும்.

  (தொடைகள், பார்சுவ பாகாசனத்தில் இருந்த இடத்திலேயே இருக்க வேண்டும்).
- அதாவது, இரண்டு கால்களும் தரைக்கு இணையாக வலது பக்கமாக நீட்டப்பட்டிருக்க வேண்டும்.
- இந்த நிலையில், சாதாரண மூச்சில் 10 முதல் 30 விநாடிகள் இருக்கவும். (ஆசனம் செய்யத் தொடங்கிய புதிதில், சுவாசம் சற்றுக் கடினமாக இருந்தாலும், பயிற்சி செய்யச்செய்ய சுவாசம் இயல்பு நிலைக்குத் திரும்பும்).
- பிறகு, பார்சுவ பாகாசனத்தில் செய்ததுபோல் கால்களைத் தளர்த்தி மேலே செய்ததுபோல், இரண்டு கால்களையும் இடது பக்கம் நீட்டிச் செய்யவும்.

பலன்கள்:

இந்த ஆசனம், குடல் பகுதியில் உள்ள கழிவுகளை வெளியேற்றப் உதவுகிறது. மேலும், இந்த ஆசனத்தால், கை, கால் மற்றும் கழுத்துப் பகுதிகள் வலுவடைகின்றன.

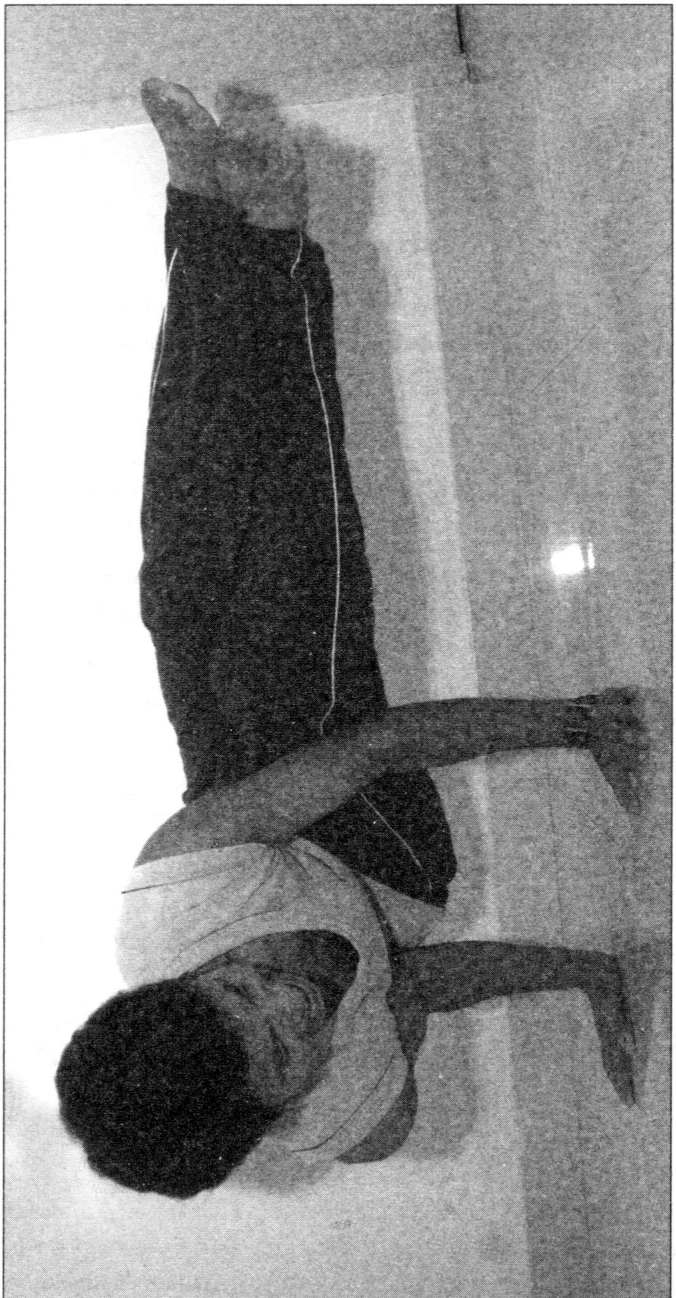

கௌண்டினியாசனம்

மல்லாந்து படுத்துக்கொண்டு செய்யும் ஆசனங்கள்

31. நவாசனம்
32. சக்ராசனம் / பூர்ண சக்ராசனம்
33. சர்வாங்காசனம்
34. பத்ம சர்வாங்காசனம்
35. ஏக பர்த சர்வாங்காசனம்
36. சேது பந்தாசனம்
37. சேது பந்த சர்வாங்காசனம்
38. ஏக பாத சேதுபந்த சர்வாங்காசனம்
39. ஹலாசனம்
40. கர்ணபீடாசனம்
41. யோக நித்ரா
42. பவனமுக்தாசனம்

ஆசனம் எண்: 31

நவாசனம்:

நவம் என்றால் ‘படகு’. இந்த ஆசனத்தின் அமைப்பு படகுபோல் இருப்பதால், இதற்கு நவாசனம் என்று பெயர்.

செய்முறை:

- கால்கள் இரண்டையும் ஒன்றாகச் சேர்த்துவைத்து நீட்டிப் படுத்துக்கொள்ளவும். கால்களுக்குப் பக்கத்தில் கைகள் இரண்டையும் தரையில் ஒட்டி வைக்கவும்.
- அடுத்து, கால்களை மெதுவாக தரைப்பகுதியில் இருந்து தூக்கவும். ஆனால், கால்கள் மடங்கக் கூடாது. அதேநேரத்தில், நெஞ்சுப் பகுதியையும் தரைப் பகுதியில் இருந்து தூக்கவும்.
- புட்டப்பகுதி மட்டும் தரையில் இருக்க வேண்டும். இந்த நிலையில், தரையில் வைத்திருந்த கைகளை அப்படியே மேலே தூக்கி தரைக்குக் கிடைமட்டத்தில் கால்களை ஒட்டி நீட்டவும். முடிந்த வரை, கால் களுக்கும் நெஞ்சுப் பகுதிக்கும் இடையே உள்ள தூரத்தைக் குறைக்கவும்.
- இந்த நிலையில், சுமார் 30 விநாடிகளுக்கு சாதாரண மூச்சில் இருக்கவும். பிறகு, மூச்சை வெளிவிட்டுக் கொண்டே, கால்களையும், முதுகையும் இறங்கிப் படுக்கவும்.

பலன்கள்:

வாயுக் கோளாறு, மலச்சிக்கல் போன்றவற்றைப் போக்கு வதற்கான சிறந்த ஆசனம் இது. சிறுகுடலுக்குப் பக்கவாட்டில் நன்கு அழுத்தம் கொடுப்பதால், ஜீரண சக்தி அதிகரிக்கிறது. சிறுநீரகங்கள் நன்கு செயல்பட உதவுகிறது. தொப்பையைக் குறைத்து, வயிற்றுப் பகுதி தசைகளை உறுதியாக்குகிறது.

நவாசனம் முதல் நிலை

இறுதி நிலை

ஆசனம் எண்: 32

சக்ராசனம் / பூர்ண சக்ராசனம்

இந்த ஆசனம், சக்கரத்தைப் போன்ற வடிவத்தில் இருப்பதால், இதற்கு சக்ராசனம் என்று பெயர். இந்த ஆசனத்தின் முழுமையான நிலைதான் பூர்ண சக்ராசனம்.

செய்முறை:

- மல்லாந்து படுத்துக்கொண்டு, கால்களை மடித்து புட்டத்துக்கு அருகில் பாதங்கள் தரையில் பதிந்திருக்குமாறு வைக்கவும்.
- இரண்டு கைகளையும் பின்பக்கமாகக் கொண்டு சென்று, தோள்களுக்கு அடியில் விரல்கள் கால்களைப் பார்த்து இருக்குமாறு வைக்கவும்.
- பிறகு, ஆழ்ந்த உள் மூச்சுடன் கைகளையும் கால்களையும் நன்கு தரையில் ஊன்றி, இடுப்பு, தோள் மற்றும் தலைப் பகுதியை தரையில் இருந்து தூக்கவும்.
- அடுத்து, கழுத்தை எந்த இறுக்கமும் இல்லாமல் லூசாகத் தொங்கவிட்டு, முதுகை எவ்வளவு முடியுமோ அந்த அளவுக்கு வளைக்கவும். இந்த நிலையில், சுமார் ஒரு நிமிடம் வரை சாதாரண சுவாசத்தில் இருந்து, பிறகு மூச்சை வெளிவிட்டுக்கொண்டே இயல்பு நிலைக்குத் திரும்பவும்.
- மேலே செய்த இறுதி நிலையில், கைகளும், கால்களும் ஒன்றை ஒன்று தொட்டால் அது பூர்ண சக்ராசனம்.

பலன்கள்:

இந்த ஆசனம் செய்தால், முதுகுப் பகுதி நன்கு வலுப்படும். மார்பு நன்றாக விரிவடைவதால் உடலுக்கு சுறுசுறுப்பு கிடைக்கும். கைகளுக்கும், தோள்களுக்கும் நல்ல உறுதியைக் கொடுக்கிறது.

சக்ராசனம்

பூர்ண சக்ராசனம்

ஆசனம் எண்: 33

சர்வாங்காசனம்

சர்வம் என்றால் 'முழுவதும்' என்றும், அங்கம் என்றால் 'உடல்' என்றும் பொருள். இந்த ஆசனத்தால், உடல் முழுவதும் பயன் அடைவதால், இந்த ஆசனத்துக்கு சர்வாங்காசனம் என்று பெயர்.

செய்முறை:

- கால்களை ஒன்றோடு ஒன்று சேர்த்து வைத்து மல்லாந்து படுத்துக்கொள்ள வேண்டும். அதாவது, மார்பு மற்றும் முகம் மேல்நோக்கி இருக்க வேண்டும்.
- அடுத்து, உள்ளங்கைகளை தொடைகளுக்கு அருகே தரையில் பதியும்படி வைக்கவும்.
- பிறகு, மூச்சை உள் இழுத்துக்கொண்டே, கால்கள் இரண்டையும் தரைக்குச் செங்குத்தாக உயர்த்தவும்.
- அடுத்து, மூச்சை வெளிவிட்டுக்கொண்டே இடுப்பு மற்றும் முதுகுப் பகுதியை தரையில் இருந்து உயர்த்தவும்.
- இடுப்புப் பகுதியைத் தாங்கிப் பிடிப்பதற்காக, கைகளால் நடு முதுகில் பிடித்திக்கொள்ள வேண்டும். ஆனால், முழங்கைகள் தரையோடு ஒட்டியிருக்க வேண்டும்.
- இந்த நிலையில், மூச்சை உள் இழுத்துக்கொண்டே, கால்களை நன்றாக நேர்க்கோட்டில் இருக்கும்படி மேல் நோக்கி நீட்டவும். அதாவது, தோள் முதல் பாதம் வரையிலான உடல் பாகத்துக்கும் தரைக்கும் இடையேயான கோணம் 90 டிகிரியாக இருக்க வேண்டும்.

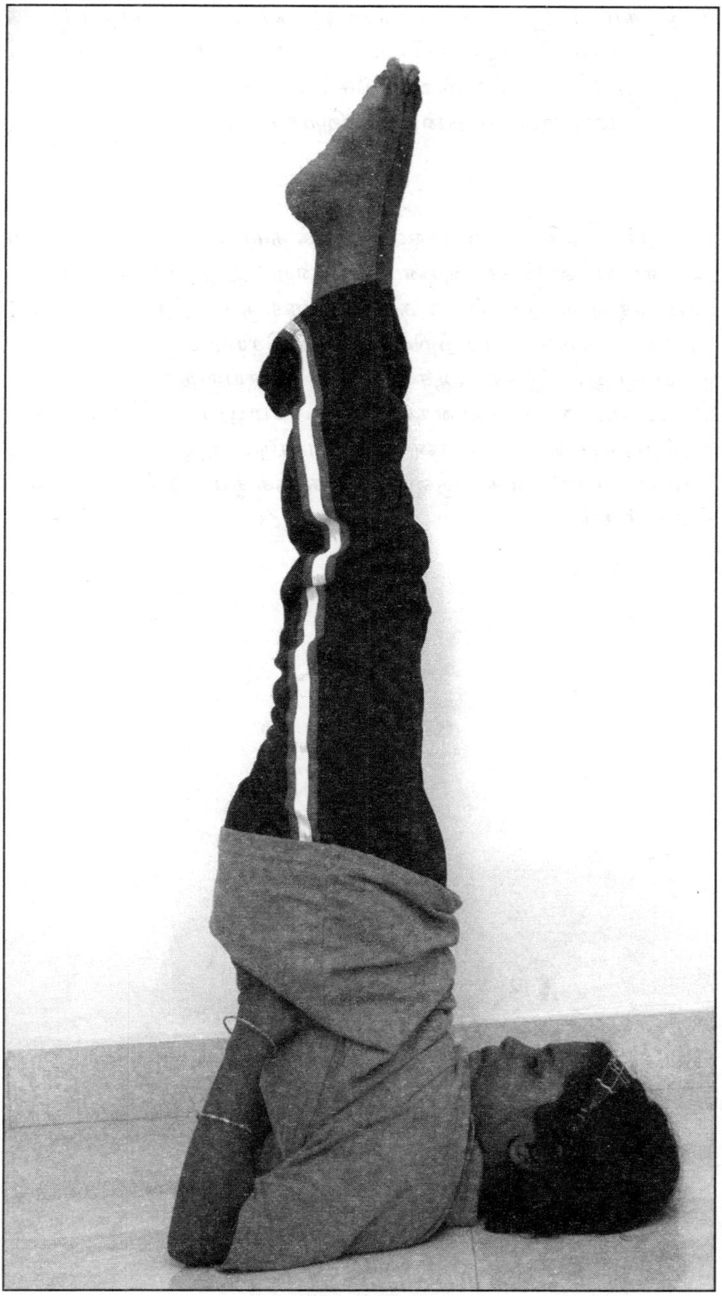

சர்வாங்காசனம்

- சுமார், இரண்டு முதல் ஐந்து நிமிடங்கள் வரை இதே நிலையில் இயல்பான சுவாசத்துடன் இருந்துவிட்டு, மூச்சை வெளிவிட்டுக்கொண்டே முதுகையும், கால்களையும் தரையில் இறக்கவும்.

பலன்கள்:

உடலுக்கு அதிகமான பலன்களைத் தரக்கூடிய முக்கியமான ஆசனங்களில் இந்த ஆசனமும் ஒன்று. இது, உடலில் உள்ள அனைத்து நாளமில்லா சுரப்பிகளுக்கும் ரத்த ஓட்டத்தை அதிகப்படுத்தி, அவற்றின் சீரான செயல்பாட்டுக்கு வழி செய்கிறது. இந்த ஆசனத்தைச் செய்வதால், சுவாசம் தொடர்பான பிரச்னைகள் தீரும். மேலும், கழிவு நீக்கும் உறுப்புகளின் மந்தமான செயல்பாடு, அஜீரணம் மற்றும் நரம்பு மண்டலக் குறைபாடுகளுக்கும் நல்ல தீர்வும் கிடைக்கும்.

ஆசனம் எண்: 34

பத்ம சர்வாங்காசனம்

பத்மாசனத்தை சர்வாங்காசன நிலையில் இருந்தபடி செய்வதால் இப்பெயர்.

செய்முறை:

- முதலில் சர்வாங்காசனம் செய்யவும்,
- பிறகு, சாதாரண சுவாசத்துடன் முதுகை வளைக்காமல் வலது காலை மடித்து பாதத்தை இடது தொடை மீது வைக்கவும். இடது கால் பாதத்தை வலது தொடை மீது வைக்கவும்.
- அடுத்து, இரண்டு குதிகால்களையும் வயிற்றை நோக்கி நகர்த்தியபடி, முழங்கால்களுக்கு இடையே உள்ள இடைவெளியைக் குறைக்கவும். இப்போது, வலது பக்கமாக முதுகு திரும்புவதைத் தவிர்க்கவும்.
- பிறகு, தோள்களில் இருந்து முழங்கால்கள் வரையுள்ள பகுதி, தரைக்குச் செங்குத்தாக இருக்க வேண்டும்.
- இந்த நிலையில், ஓரிரு நிமிடங்கள் சாதாரண சுவாசத்தில் இருந்து, பிறகு கால்களை விடுவித்து சர்வாங்காசனத்துக்குத் திரும்பவும்.
- பிறகு, கால்களை மாற்றி மேலே செய்ததுபோல் செய்யவும்.

பலன்கள்:

சர்வாங்காசனத்தில் பலன்களுடன், இந்த ஆசனம் செய்தால் கூடுதலாக மலச்சிக்கல் வராமல் தடுக்கலாம்.

பத்ம சர்வாங்காசனம்

ஆசனம் எண்: 35

ஏக பாத சர்வாங்காசனம்

ஒரு காலை சர்வாங்காசன (ஆசனம் எண் : 33) நிலையில் வைத்து இன்னொரு காலை மடக்கி தரையில் வைப்பதால், இந்த ஆசனத்துக்கு ஏக பாத சர்வாங்காசனம் என்று பெயர்.

செய்முறை:

- முதலில், சர்வாங்காசனத்தில் நிற்கவும்.
- பிறகு, மூச்சை வெளிவிட்டுக்கொண்டே, வலது காலை வளைக்காமல் முன் பக்கமாகச் சாய்த்து, தலைக்கு மேலே கால் விரல்கள் தரையில் தொடும்படி வைக்கவும்.
- இப்படிச் செய்யும்போது, தோள்களில் இருந்து இடது பாதம் வரையுள்ள உடல் பாகம், தரையில் இருந்து செங்குத்தாக இருக்க வேண்டும்.
- இந்த நிலையில், சுமார் 30 விநாடிகளுக்கு சாதாரண மூச்சில் இருந்து, பிறகு, மூச்சை ஆழ்ந்து உள் இழுத்த படியே, வலது காலைத் தூக்கி சர்வாங்காசனத்துக்கு மீண்டும் வரவும்.
- பிறகு, இடது காலை கீழ் நோக்கி இறக்கி மேலே செய்ததுபோல் செய்யவும்.

பலன்கள்:

இந்த ஆசனத்தால் அதிகம் பயனடைவது சிறுநீரகம்தான். இந்த ஆசனத்தைத் தொடர்ந்து செய்துவந்தால், சிறுநீரகக் கோளாறுகள் ஏற்படாமல் தடுத்துவிடலாம்.

ஏக பாத சர்வாங்காசனம்

ஆசனம் எண்: 36

சேது பந்தாசனம்

சேது என்றால் 'பாலம்' என்றும், பந்தம் என்றால் 'கட்டுதல்' அல்லது 'நிறுத்துதல்' என்றும் பொருள். இந்த ஆசனம், பாலத்தைப் போன்று தோற்றம் அளிப்பதால் இதற்கு, சேதுபந்தாசனம் என்று பெயர்.

செய்முறை:

- முதலில் மல்லாந்து படுத்துக்கொண்டு, கால்கள் இரண்டையும் மடித்து புட்டத்துக்கு அருகில் வைத்துக்கொள்ளவும். கால் மூட்டுகள் வானத்தைப் பார்த்து இருக்க வேண்டும்.
- அடுத்து, வலது கையால் வலது கணுக்காலையும், இடது கையால் இடது கணுக்காலையும் பிடித்துக் கொள்ளவும்.
- இரண்டு தோள்களுக்கு இடையே எவ்வளவு தூரம் இருக்கிறதோ அவ்வளவு தூரம், இரண்டு கால் பாதங் களுக்கு இடையே இருக்க வேண்டும்.
- இந்த நிலையில், மூச்சை ஆழ்ந்து உள் இழுத்துக் கொண்டே இடுப்பையும், முதுகையும் தரையில் இருந்து மேலே தூக்கவும்.
- ஆனால், பாதங்கள், கைகள், கழுத்து, தலையின் பின்பகுதி ஆகியவை தரையிலேயே பதிந்திருக்க வேண்டும்.
- சுமார் ஒரு நிமிடம்வரை, இந்த நிலையில் சாதாரண சுவாசத்தில் இருக்கவும். பிறகு, மூச்சை வெளிவிட்டுக்

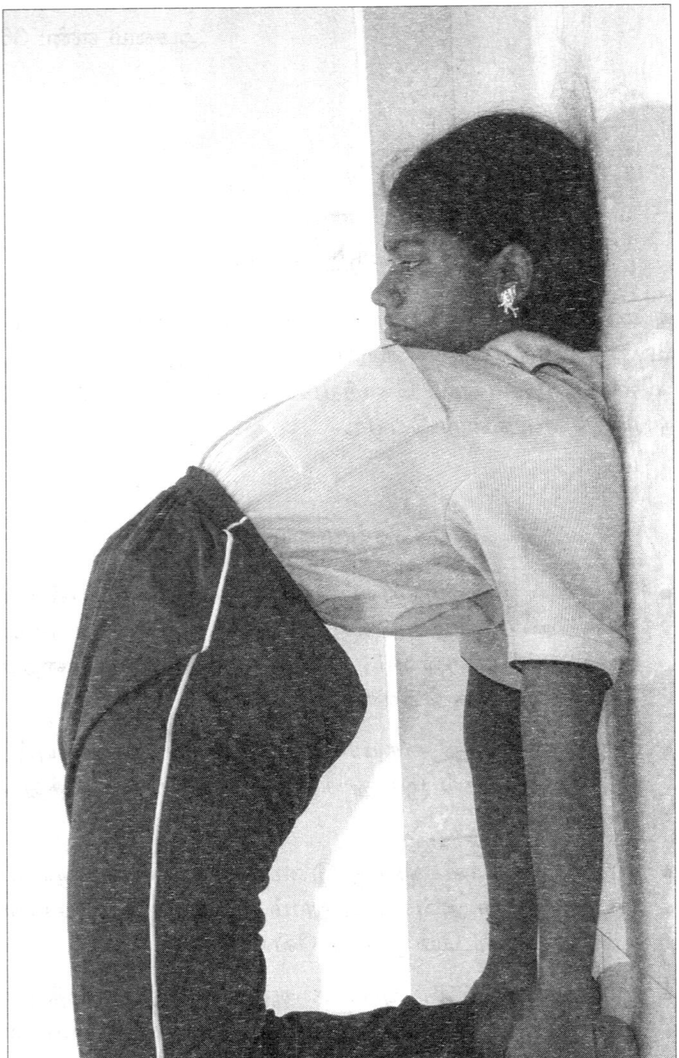

சேது பந்தாசனம்

கொண்டே இடுப்பையும், முதுகையும் தரையில் இறக்கவும். அடுத்து, கைகளின் பிடியைத் தளர்த்தி கால்களை நீட்டவும்.

பலன்கள்:

கடுமையான முதுகு வலியால் அவதிப்படுபவர்களுக்கு இது மிகச்சிறந்த ஆசனம். மார்பை நன்கு விரிவடையச் செய்து, ஆழ்ந்த சுவாசத்துக்கு வழி செய்கிறது. தைராய்டு சுரப்பியைத் தூண்டி, நன்கு செயல்பட வைக்கிறது.

ஆசனம் எண்: 37

சேது பந்த சர்வாங்காசனம்

சேது என்றால் 'பாலம்'. பந்த என்றால் 'கட்டுதல்' அல்லது 'அமைத்தல்' என்று பொருள். சர்வாங்காசனத்தில் (ஆசனம் எண் : 33) இருந்து கால்களை முதுகுப் பக்கமாக தரையில் ஊன்றி, உடலை பாலம் போன்ற வடிவத்துக்குக் கொண்டு வருவதால், இதற்கு சேது பந்த சர்வாங்காசனம் என்று பெயர்.

செய்முறை:

- முதற்கட்டமாக, சர்வாங்காசனம் செய்யவும். பிறகு, முதுகில் வைக்கப்பட்டிருக்கும் விரல்கள் தரைக்குச் செங்குத்தாக வானத்தை நோக்கி இருக்க வேண்டும்.
- அடுத்து, முழங்கை மூட்டுகள் விலகாமல், கால்களை மடித்து முதுகைப் பின் பக்கமாக வளைத்து, மூச்சை வெளிவிட்டுக்கொண்டே, கால் பாதங்களை ஒன்றாகவோ அல்லது தனித்தனியாகவோ தரையில் பதிக்கவும்.
- பிறகு, கால்களை ஒன்றாகச் சேர்ந்து நேராக நீட்டவும். உள்ளங்கால்கள் தரையில் நன்றாகப் பதிந்திருக்க வேண்டும். இந்த நிலையில், சுமார் 30 விநாடிகளுக்கு சாதாரண மூச்சில் இருந்துவிட்டு, மூச்சை உள் இழுத்துக் கொண்டே மீண்டும் சர்வாங்காசன நிலைக்குச் செல்லவும்.
- பிறகு, கால்களையும் முதுகையும் தரைக்குக் கொண்டு வந்து ஓய்வெடுக்கவும்.

பலன்கள்:

கழுத்து வலிக்குச் சிறந்த ஆசனமான இது, முதுகுத் தண்டுவடத்தின் வளையும் தன்மையை அதிகரிக்கிறது.

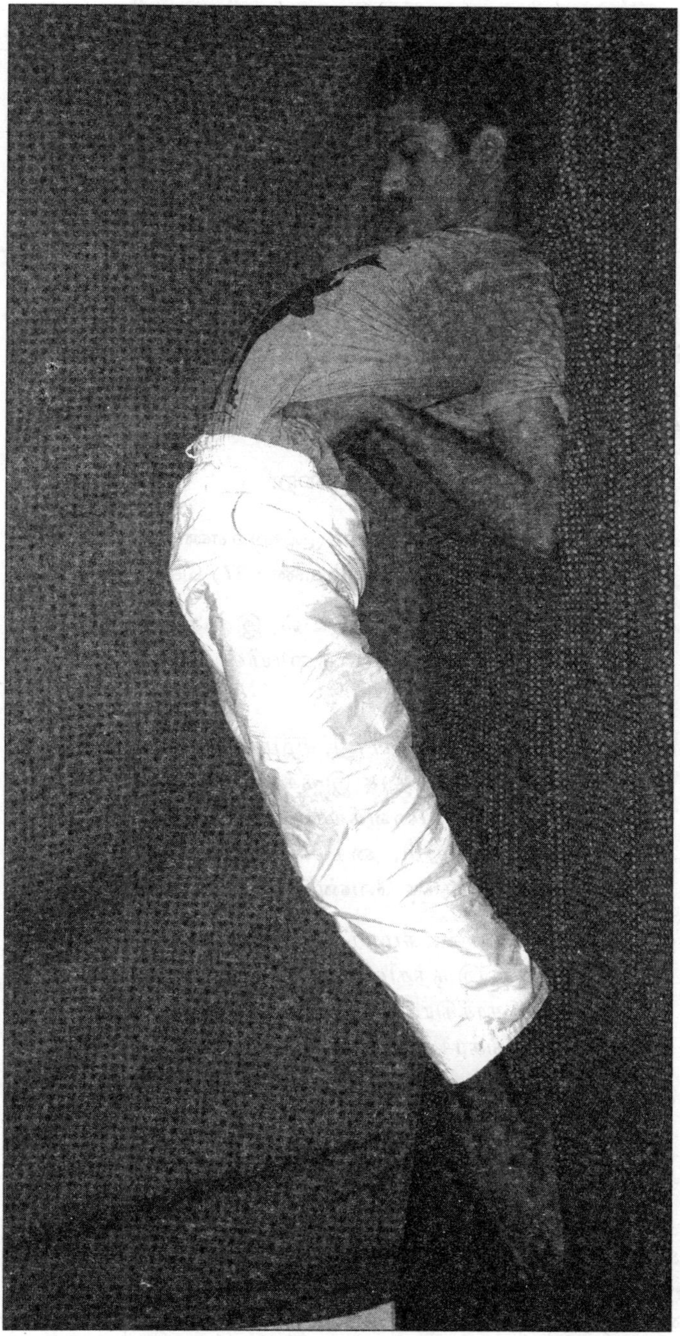

சேது பந்த சர்வாங்காசனம்

ஆசனம் எண்: 38

ஏக பாத சேது பந்த சர்வாங்காசனம்

ஏக பாத என்றால் 'ஒரு பாதம்'. சேது பந்த சர்வாங்காசனத்தில், ஒரு காலை மட்டும் மேலே தூக்கி, தரைக்குச் செங்குத்தாக நிறுத்துவதால், இந்த ஆசனத்துக்கு ஏக பாத சேது பந்த சர்வாங்காசனம் என்று பெயர்.

செய்முறை:

- முதலில் சர்வாங்காசனமும் (ஆசனம் எண் : 33) சேது பந்த சர்வாங்காசனமும் (ஆசனம் எண் : 37) செய்யவும்.
- பிறகு, மூச்சை ஆழ்ந்து உள் இழுத்துக்கொண்டே வலது காலை மட்டும் தரையில் இருந்து மேலே உயர்த்தவும்.
- இப்படிச் செய்யும்போது, முழங்கால் வளையாமல் தரைக்குச் செங்குத்தாக இருக்க வேண்டும். மேலும், இடது காலை வளைக்காமலும், பாதத்தை நன்கு தரையில் பதித்தும், கைகளை இடுப்பில் முட்டுக் கொடுத்தும் இருக்க வேண்டும்.
- இந்த நிலையில், சுமார் 15 விநாடிகளுக்கு சாதாரண சுவாசத்தில் இருந்துவிட்டு, மூச்சை வெளிவிட்டுக் கொண்டே தூக்கிய வலது காலைக் கீழே இறக்கி சேது பந்த சர்வாங்காசன நிலைக்கு வரவும்.
- பிறகு, கால்களை மாற்றி, மேலே செய்ததுபோல் செய்யவும்.

பலன்கள்:

சேது பந்த சர்வாங்காசனம் செய்வதால் கிடைக்கும் அனைத்துப் பலன்களும், இந்த ஆசனம் செய்வதாலும் கிடைக்கும்.

ஏக பாத சேது பந்த சர்வாங்காசனம்

ஆசனம் எண்: 39

ஹலாசனம்

ஹலா என்றால் 'ஏர்' (கலப்பை). நிலத்தில் உழுவதற்குப் பயன்படும் ஏர் போன்ற வடிவத்தில் இந்த ஆசனம் இருப்பதால், இதற்கு ஹலாசனம் என்று பெயர்.

செய்முறை:

- முதலில் சர்வாங்காசனம் (ஆசனம் எண் : 33) செய்யவும்.
- பிறகு, மூச்சை வெளிவிட்டுக்கொண்டே கால்களை வளைக்காமல் தலைக்கு மேலே கொண்டு சென்று கால் விரல்களைத் தரையில் பதிக்கவும்.
- தலைக்கும், தரையில் பதித்த பாதத்துக்கும் இடையே உள்ள இடைவெளியைக் கூடுமானவரை அதிகரிக்க வும்.
- பிறகு, கைகள் விரல்களைக் கோத்து முதுகுக்கு அடி யில் வைத்து தரையில் ஊன்றவும் அல்லது, தலைக்கு அடியில் வைத்துக்கொள்ளவும்.
- இந்த நிலையில், வயிற்றுப் பகுதியில் நல்ல அழுத்தம் கொடுக்கும் வகையில், புட்டத்தை நன்றாக மேலே தூக்கி, கால்களை நீட்டவும். முடிந்தால், தரையைத் தொட்டுக்கொண்டிருக்கும் கால்களை தரைக்கு இணை யாக கிடைமட்டத்தில் இருக்கும்படி வைத்துக் கொள்ளவும்.
- சுமார் ஒரு சில நிமிடங்கள், சாதாரண சுவாசத்தில் இருந்துவிட்டு, சர்வாங்காசன நிலைக்குத் திரும் பவும்.

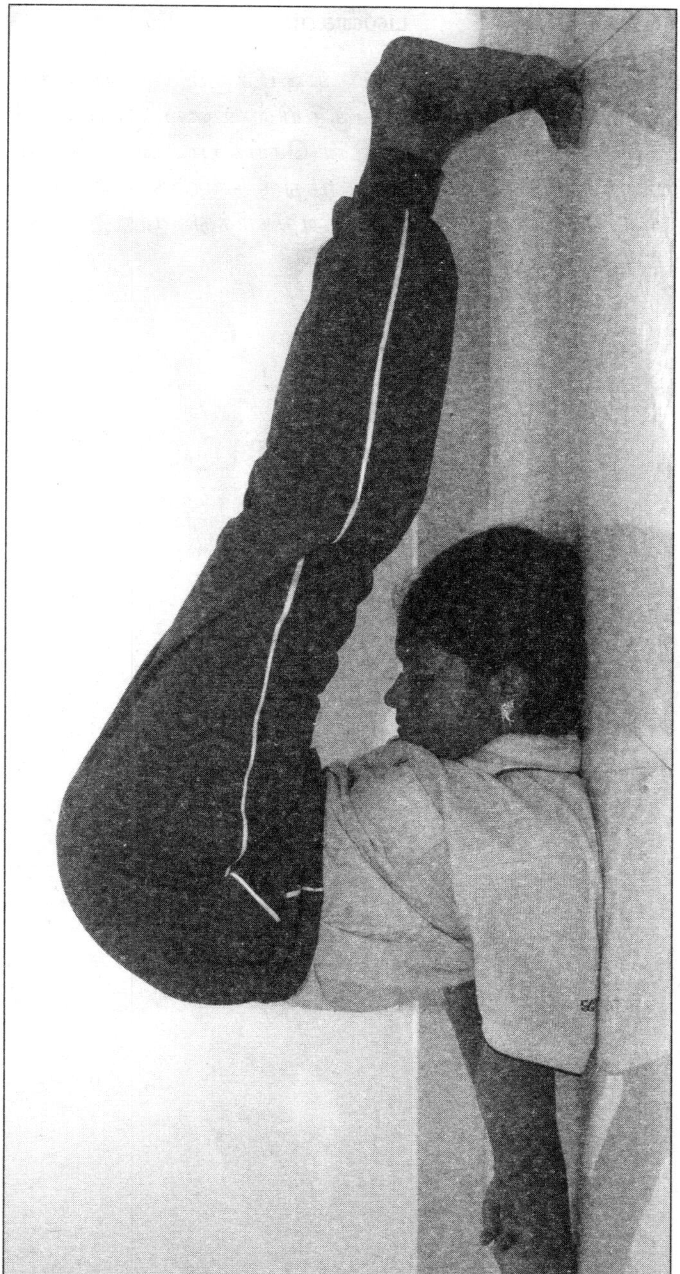

ஹலாசனம்

பலன்கள்:

சர்வாங்கசனம் செய்வதால் கிடைக்கும் அனைத்துப் பலன்களுடன், வயிற்றுப் பகுதியில் உள்ள உறுப்புகள் அனைத்தும் புத்துணர்ச்சியுடன் செயல்பட வைக்கிறது. இந்த ஆசனம் செய்யும்போது, முதுகு நன்றாக வளைக்கப் படுவதால், ரத்தம் ஓட்டம் அதிகரித்து முதுகு வலு வடைகிறது.

ஆசனம் எண்: 40

கர்ணபீடாசனம்

கர்ண என்றால் 'செவி' (காது). பீட என்றால் 'அழுத்தம்' என்று பொருள். இந்த ஆசனத்தின்போது, முழங்காலின் பக்கவாட்டுப் பகுதியால் காதுகள் அழுத்தப்படுவதால், இதற்கு கர்ணபீடாசனம் என்று பெயர்.

செய்முறை:

- முதலில் ஹலாசனம் (ஆசனம் எண் : 39) செய்யவும்.
- பிறகு, மூச்சை வெளிவிட்டுக்கொண்டே, முழங்கால் மூட்டுகளை வளைத்து தோளுக்கு அருகே கொண்டு வந்து தரையைத் தொடவும்.
- அதாவது, தலையை ஒட்டி வைக்கப்படும் முழங்கால் மூட்டுகளால் வலது மற்றும் இடது பக்கக் காதுகளை உள் பக்கமாக நன்கு அழுத்தவும்.
- கைகள், முதுகுக்குக் கீழே விரல்கள் கோத்த நிலையில் நீட்டப்பட்டிருக்க வேண்டும்.
- இந்த நிலையில், சாதாரண மூச்சுடனோ அல்லது ஆழ்ந்த மூச்சுடனோ இரண்டு நிமிடங்கள் இருக்கவும்.
- ஹலாசனம் செய்வதில் முழுமைத்துவம் அடைந்த பிறகு இந்த ஆசனத்தைச் செய்தால், எந்தப் பிரச்னையும் இருக்காது.

பலன்கள்:

ஹலாசனத்தின் பலன்களுடன், கூடுதலாக இடுப்புப் பகுதியும் அதிகப்படியான பலன் அடைகிறது.

கர்ணபீடாசனம் முதல் நிலை

இறுதி நிலை

ஆசனம் எண்: 41

யோக நித்ரா

செய்முறை :

- முதலில், ஊர்த்துவ முக பஸ்சிமோத்தனாசனம் (ஆசனம் எண் : 11) அல்லது ஹலாசனம் (ஆசனம் எண் : 39) செய்யவும்.
- அடுத்து, கால்களைத் தளர்த்தி முழங்கால்களைக் கொஞ்சம் மடக்கி, வலது கணுக்காலை இரு கைகளாலும் பிடித்து மூச்சை வெளிவிட்டுக்கொண்டே தலைக்குப் பின் பக்கமாகக் கொண்டு சென்று, பின் கழுத்தில் வைத்து உள் மூச்சு வாங்கவும்.
- பிறகு, மூச்சை வெளிவிட்டுக்கொண்டே, இடது காலையும் தலைக்குப் பின் பக்கமாகக் கொண்டு சென்று, பின் கழுத்தில் வலது காலுக்கு மேலே வைக்க வும். இந்த நிலையில் பார்க்கும்போது, இரண்டு பாதங்களும் தலையணைபோல் காணப்படும்.
- அடுத்து, கைகள் இரண்டையும் இணைத்து இரு உள்ளங்கைகளையும் குவித்து வணக்கம் செய்யவும். இந்த நிலையில், எவ்வளவு நேரம் முடியுமோ அவ்வளவு நேரம் சாதாரண சுவாசத்தில் இருக்கவும்.
- பிறகு, கால்களை ஒவ்வொன்றாகத் தளர்த்திய பிறகு, மேலே செய்ததுபோல், தலைக்குப் பின்னால் இடது காலை முதலிலும் வலது காலை அடுத்தும் வைத்துச் செய்யவும்.

பலன்கள்:

இந்த ஆசனத்தால்,நுரையீரல் நன்கு விரிவடைகிறது. கல்லீரல், சிறுநீரகம், பித்தப்பை போன்ற முக்கிய உறுப்புகள் சீராக இயங்குவதற்கும், உடலின் தளர்ச்சியைப் போக்கு வதற்கும் சிறந்த ஆசனம் இது.

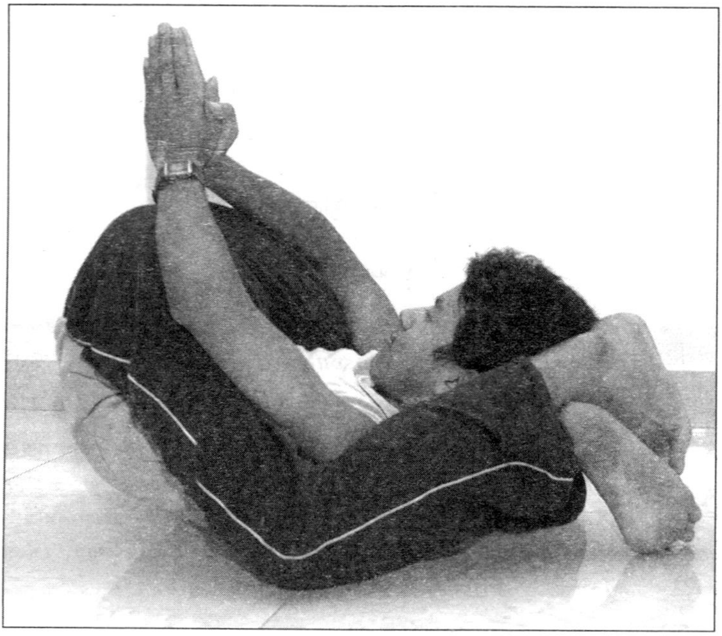

யோக நித்ரா பக்கவாட்டுத் தோற்றம்

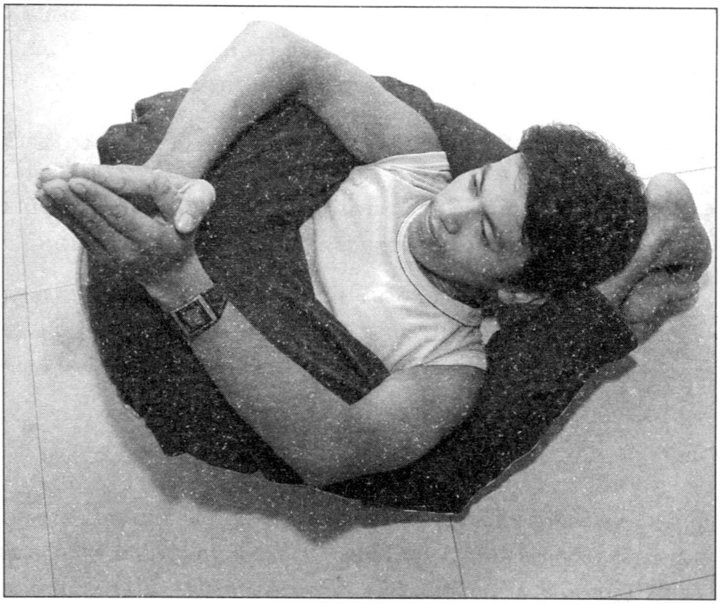

மேல் தோற்றம்

ஆசனம் எண்: 42

பவன முக்தாசனம்

பவன என்றால் 'வாயு'. இந்த ஆசனம், உடலில் இருந்து வாயுவை வெளியேற்றுவதற்கான பிரத்யேக ஆசனம் என்பதால் இதற்கு பவன முக்தாசனம் என்று பெயர்.

செய்முறை:

- முதலில் மல்லாந்து படுக்கவும்.
- அடுத்து, இரண்டு கால்களையும் மடித்து வயிற்றின் மீது வைக்கவும்.
- கைவிரல்களை ஒன்று சேர்த்து கால் முட்டிகளைப் பிடித்து வயிற்றில் அழுத்தவும்.
- பிறகு, தலையை முன் பக்கமாக உயர்த்தி, கீழ்த் தாடையால் கால் முட்டிகளைத் தொடவும்.
- இந்த நிலையில், சுமார் 15 விநாடிகளுக்கு இருக்கவும்.

பலன்கள்:

இந்த ஆசனம் செய்தால், வாயுத் தொல்லை நீங்கும். வாயு வெளியேறுவதால் வயிறு சுத்தமாகிறது. மேலும், மலச் சிக்கல் உள்ளிட்ட வயிற்றுக் கோளாறுகளைப் போக்கும் சிறந்த ஆசனம் இது.

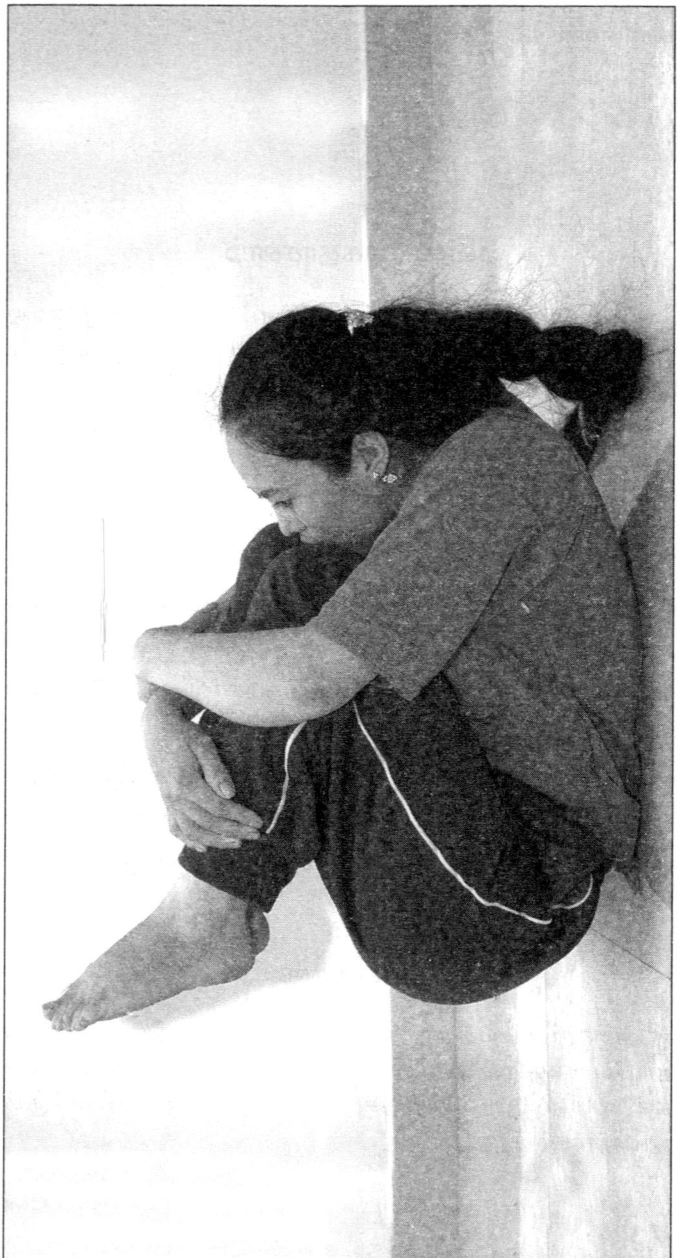

பவனமுக்தாசனம்

குப்புறப்படுத்துக்கொண்டு செய்யும் ஆசனங்கள்

43. புஜங்காசனம்
44. ராஜகபோதாசனம்
45. மண்டூகாசனம் (அ) பேகாசனம்
46. சலபாசனம்
47. அதோமுக சுவானாசனம்
48. தனுராசனம்
49. பூர்ண தனுராசனம்

ஆசனம் எண்: 43

புஜங்காசனம்

வடமொழியில், புஜங்கா என்றால் 'பாம்பு' என்று பொருள். இந்த ஆசனம், நல்ல பாம்பு படம் எடுப்பது போன்ற வடிவத்தில் இருப்பதால், இதற்கு புஜங்காசனம் என்று பெயர்.

செய்முறை:

- குப்புறப் படுத்துக்கொண்டு மார்பை ஒட்டியபடி உள்ளங்கைகளை தரையில் வைக்கவும்.
- முழங்கைகள், உடலை ஒட்டியபடி இருக்க வேண்டும். அதாவது, தோள்களுக்கு இடையே உள்ள தூரமும், முழங்கைகளுக்கு இடையே உள்ள தூரமும், உள்ளங் கைகளுக்கு இடையே உள்ள தூரமும் சமமாக இருக்க வேண்டும்.
- முழங்கால்கள், குதிகால்கள் மற்றும் கால் பெரு விரல்கள் ஒன்றையொன்று ஒட்டியிருக்க வேண்டும்.
- கால்கள் நன்கு நீட்டப்பட்டும், ஒன்றோடு ஒன்று ஒட்டியபடியும் இருக்க வேண்டும்.
- இந்த நிலையில், நன்றாக மூச்சை உள் இழுத்துக் கொண்டே தலை, மார்பு மற்றும் வயிற்றுப் பகுதி களைத் தரையில் இருந்து உயர்த்தவும். முதுகை முடிந்தவரை பின்பக்கமாக வளைக்கவும்.
- சுமார் 20 விநாடிகள்வரை சாதாரணமாக மூச்சை உள் இழுத்தபடி இநே நிலையில் இருக்கவும்.

புஜங்காசனம்

- பிறகு, மூச்சை வெளிவிட்டுக்கொண்டே வயிறு, மார்பு மற்றும் தலையைத் தரையை நோக்கி இறக்க வும்.

பலன்கள்:

இந்த ஆசனத்தால், முதுகுத் தண்டு நன்கு வளையும் தன்மையும், உறுதியும் பெறும். முதுகு முன் எலும்பில் உள்ள சிறு சிறு குறைபாடுகளை இந்த ஆசனம் சரி செய்கிறது. மார்பு நன்கு விரிவடைந்த ஆழ்ந்த சுவாசத் துக்குத் துணைபுரிகிறது. இளமையை நீட்டிக்க உதவும் ஆசனங்களில் இதுவும் ஒன்று.

ஆசனம் எண்: 44

ராஜகபோதாசனம்

கபோதா என்றால் ‘புறா’. இந்த ஆசனம் செய்யும்போது, மார்பு நன்கு முன்நோக்கி, புறாவின் மார்பைப்போல் தோன்றுவதால் இதற்கு ராஜகபோதாசனம் என்று பெயர்.

செய்முறை:

- முதலில் புஜங்காசனம் (ஆசனம் எண் : 43) செய்யவும்.
- முதுகை மேலும் பின் பக்கமாக வளைத்து, கழுத்தையும் நன்கு பின் பக்கமாக வளைக்கவும்.
- பிறகு, முழங்கால்களையும் வளைத்து, கால் பாதங்களை மேலே கொண்டு வந்து தலையோடு சேர்த்து வைக்கவும். இப்படிச் செய்யும்போது, தொடைகள் தரையில் நன்கு பதிந்திருக்க வேண்டும்.
- இந்த நிலையில், முடிந்தவரை சாதாரண சுவாசத்தில் இருந்துவிட்டு, பிறகு புஜங்காசத்துக்குத் திரும்பவும்.

பலன்கள்:

இந்த ஆசனம் செய்யும்போது, முதுகை வளைக்கப்பட்டு இடுப்புப் பகுதி நன்றாக அழுத்தப்படுவதால், ரத்தம் சீராகப் பாய்ந்து உடலுக்கு சக்தியைக் கொடுக்கிறது. மேலும், நாளமில்லா சுரப்பிகளான தைராய்டு, பாரா தைராய்டு, அட்ரினலின் போன்றவை சிறப்பாக இயங்க வும் உதவுகிறது.

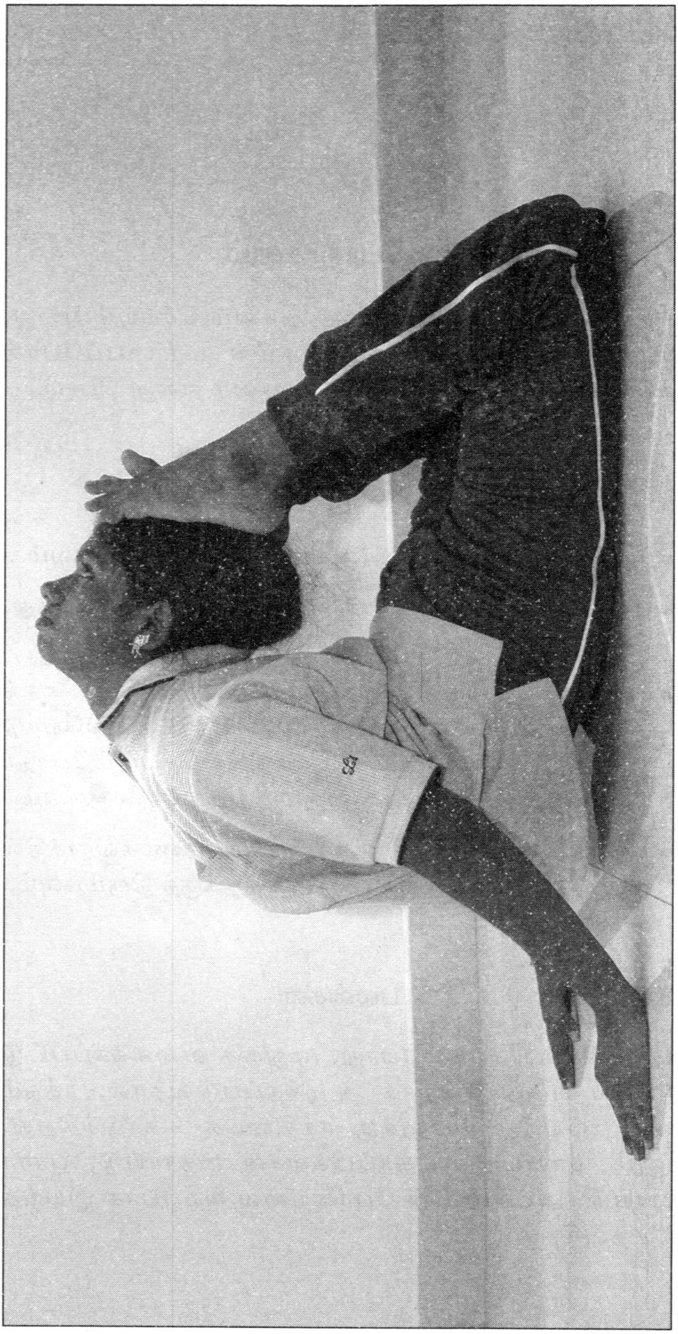

ராஜகபோதாசனம்

ஆசனம் எண்: 45

மண்டூகாசனம் (அ) பேகாசனம்

மண்டூகம் என்றால் 'தவளை'. இந்த ஆசனம், தவளைப் போன்ற வடிவத்தில் இருப்பதால் இதற்கு மண்டூகாசனம் என்று பெயர்.

செய்முறை:

- முதலில், தரையில் குப்புறப் படுத்துக்கொள்ள வேண்டும். பிறகு, இரண்டு கால்களையும் மடக்கி குதிகால்களைத் தொடைகளுக்கு அருகே கொண்டு வரவும்.
- அடுத்து, இரண்டு கைகளையும் பின் பக்கமாகக் கொண்டு சென்று, வலது உள்ளங்கையை வலது பாதத்தின் மேல்புறத்திலும், இடது உள்ளங்கையை இடது பாதத்தின் மேல்புறத்திலும் வைக்கவும்.
- இந்த நிலையில், மூச்சை வெளிவிட்டபடி தலையையும் மார்பையும் மேல் நோக்கி உயர்த்தி, குதிகால்களை தரையை நோக்கி நன்கு அழுத்தவும். முடிந்தால், குதிகால்களைத் தரையில் தொடும்படி செய்யவும். மேலும், இரண்டு முழங்கால்களுக்கு இடையே உள்ள இடைவெளியை முடிந்த அளவுக்குக் குறைக்கவும்.
- அடுத்து, தலையை நன்றாக உயர்த்தி மேலே பார்க்கவும். இந்த நிலையில், சுமார் 20 விநாடிகளுக்குச் சாதாரண சுவாசத்தில் இருந்துவிட்டு, பிறகு கால்களை மெதுவாக விடுவிக்கவும்.

பலன்கள்:

இந்த ஆசனத்தின் மூலம், வாதத்தினால் மூட்டு மற்றும் தொடைகளில் ஏற்படும் வலியைப் போக்க முடியும். மேலும், குதிகால்களை மிருதுவாக்கி காலில் ஏற்படும் வலியைப் போக்கவும் இந்த ஆசனம் உதவுகிறது.

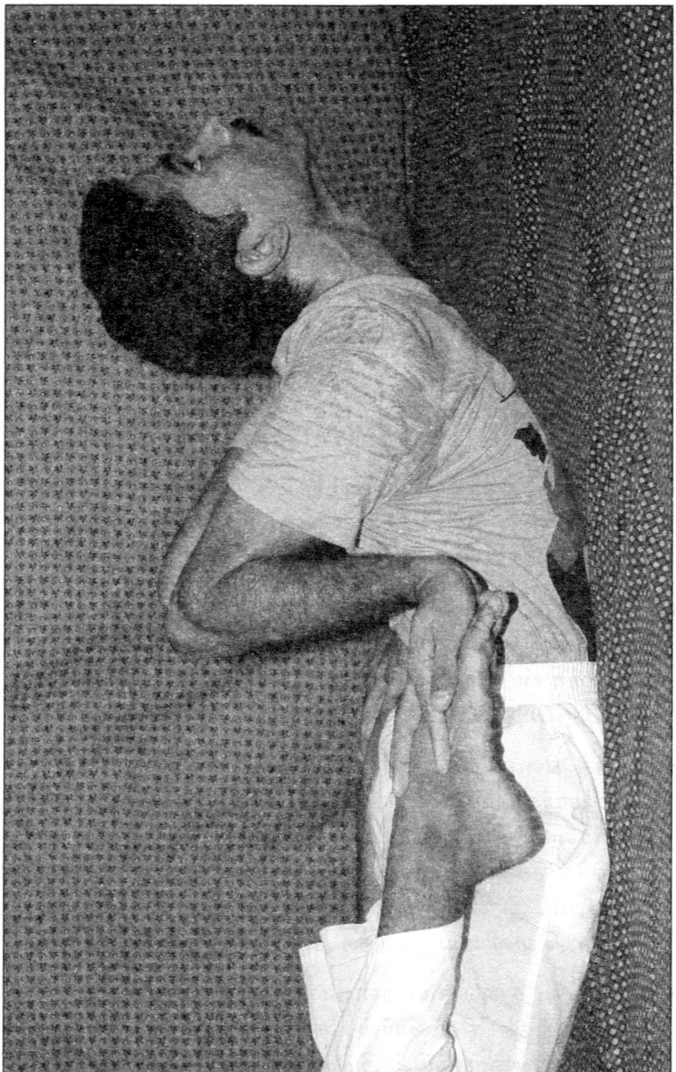

மண்டூகாசனம்

ஆசனம் எண்: 46

சலபாசனம்

சலபம் என்றால் 'வெட்டுக்கிளி'. இந்த ஆசனம் வெட்டுக் கிளியைப் போன்று இருப்பதால் இதற்கு சலபாசனம் என்று பெயர்.

செய்முறை:

- முகமும் வயிறும் தரையில் நன்றாகப் பதிந்திருக்கும் படி குப்புறப் படுத்துக்கொள்ள வேண்டும். கால்கள் ஒன்றோடு ஒன்று சேர்ந்திருக்க வேண்டும்.
- அடுத்து, இரண்டு கைகளையும் வளைக்காமல் தொடைகளுக்கு அடியில் வைக்கவும்.
- பிறகு, முகம் மட்டும் தரையில் இருக்கும்படி, மூச்சை ஆழ்ந்து உள் இழுத்துக்கொண்டே இரண்டு கால் களையும் வளைக்காமல் தரையில் இருந்து முடிந்த வரை மேலே தூக்க வேண்டும்.
- இந்த நிலையில் சுமார் 20 விநாடிகள் இருந்து, பிறகு மூச்சை வெளிவிட்டுக்கொண்டே இயல்பு நிலைக்குத் திரும்பவும்.

பலன்கள்:

இந்த ஆசனம், அடிமுதுகுப் பகுதியை நன்கு உறுதியாக்கு கிறது. சிறுநீரகங்களுக்கும் இனப்பெருக்க சுரப்பிகளுக்கும் அழுத்தத்தைக் கொடுத்து, அவற்றின் செயல்பாடுகளைச் சீர்படுத்துகிறது. தொப்பையைக் குறைக்க உதவும் இந்த ஆசனம், தோள்களையும், கழுத்தையும் வலுப்படுத்துகிறது.

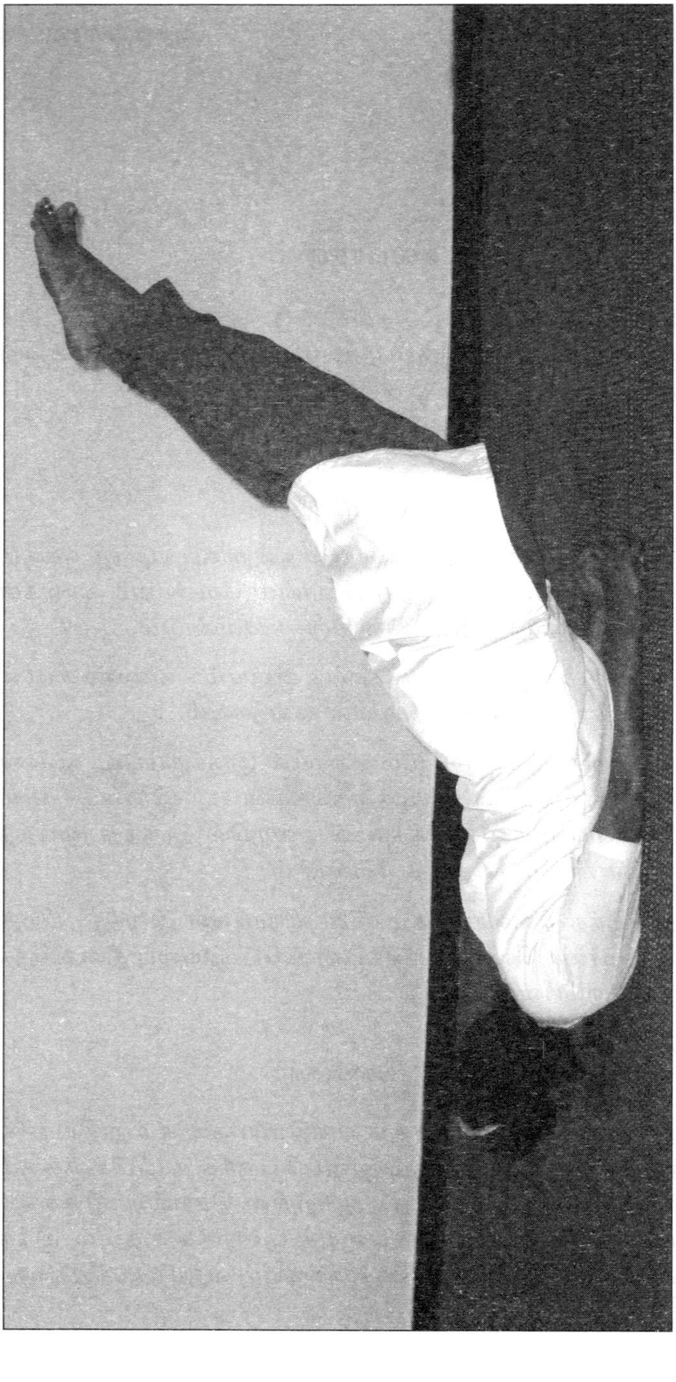

சலபாசனம்

ஆசனம் எண்: 47

அதோமுக சுவானாசனம்

அதோமுக என்றால் 'கீழ்நோக்கும் முகம்' என்று பொருள். சுவானம் என்றால் 'நாய்'. இந்த ஆசனம், நாய் சோம்பலை முறிப்பதற்காக முதுகை நன்றாக நீட்டுவதுபோல் இருப்பதால், இதற்கு அதோமுக சுவானாசனம் என்று பெயர்.

செய்முறை:

- முதலில் குப்புறப் படுத்துக்கொண்டு, இரண்டு கால்களையும் ஒன்றோடு ஒன்று சேர்த்து பின்பக்கமாக நீட்டவும்.
- அடுத்து, இரண்டு உள்ளங்கைகளையும் நெஞ்சுப் பகுதியை ஒட்டி தரையில் பதிக்கவும். அப்போது, விரல்கள் முன் நோக்கி இருக்க வேண்டும்.
- பிறகு, மூச்சை ஆழ்ந்து உள் இழுத்துக்கொண்டே தலை மற்றும் புட்டத்தை மேல் நோக்கித் தூக்கியபடி முதுகை நன்றாக வளைக்கவும்.
- அடுத்து, மூச்சை வெளிவிட்டுக்கொண்டே, இடுப்பை இன்னும் மேல் நோக்கித் தூக்கி, தலைப் பகுதியை உள்பக்கமாக கீழ் நோக்கிக் கொண்டு வந்து, உச்சந் தலையை தரையில் பதிக்கவும்.
- இப்படிச் செய்யும்போது, கால்கள் வளையாமல் பார்த்துக்கொள்ள வேண்டும். மேலும், கால் பாதங்கள் முழுமையாகத் தரையில் பதிந்திருக்க வேண்டும். கைகளும் வளையாமல் நேராக இருக்க வேண்டும்.
- இந்த நிலையில், சுமார் 30 விநாடிகள் வரை இருக்க வும். பிறகு, மூச்சை ஆழ்ந்து உள் இழுத்துக்கொண்டே

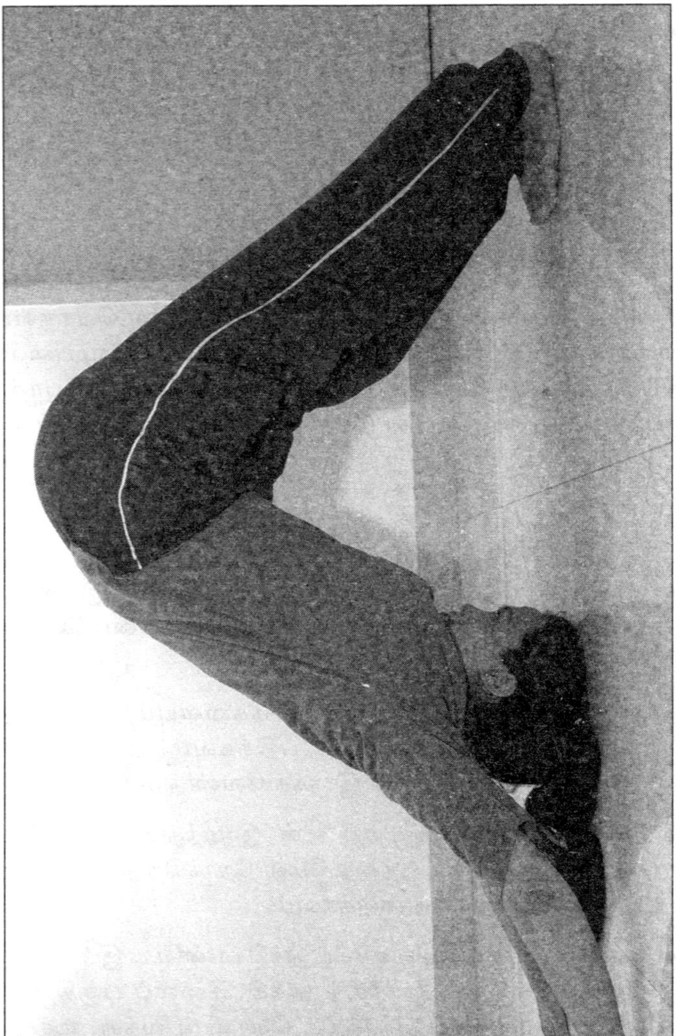

அதோமுக சவானாசனம்

குதிகால்களைத் தரையில் இருந்து உயர்த்தி இடுப்பைக் கீழ்நோக்கி இறங்கி, தலையைத் தரையில் இருந்து எடுக்கவும். இறுதியாக, மூச்சை வெளிவிட்டுக் கொண்டே இயல்பு நிலைக்குத் திரும்பவும்.

பலன்கள்:

இந்த ஆசனத்தின் மூலம், தொடைகளின் பின்பகுதி, கணுக்கால் மற்றும் முதுகுப் பகுதிகள் நன்கு நீட்சி பெறுகின்றன. தோள்களில் ஏற்படும் வலியைப் போக்கி வலுப்படுத்தும் சிறந்த ஆசனம் இது. தலைப்பகுதிக்கு ரத்த ஓட்டத்தை அதிகரிக்கச் செய்து, உடலுக்கு சுறுசுறுப்பையும் அளிக்கிறது.

ஆசனம் எண்: 48

தனுராசனம்

தனுர் என்றால் வில் என்று பொருள். இந்த ஆசனம், வில் போன்ற அமைப்பில் இருப்பதால், இதற்கு தனுராசனம் என்று பெயர்.

செய்முறை:

- முதலில், கைகளையும், கால்களையும் நீட்டி குப்புறப் படுத்துக்கொள்ள வேண்டும். பிறகு, முழங்கால்களை மேல் நோக்கி மடிக்கவும். அடுத்து, வலது கையால் வலது கணுக்காலையும் இடது கையால் இடது கணுக்காலையும் பிடித்துக்கொள்ளவும்.
- மூச்சை ஆழ்ந்து உள் இழுத்துக்கொண்டே தலை மற்றும் தொடைப் பகுதிகளைத் தரையில் இருந்து முடிந்தவரை மேலே தூக்கவும்.
- அடிவயிறு மட்டுமே தரையில் பதிந்திருக்க வேண்டும். அதாவது, எவ்வளவு முடியுமோ அந்த அளவுக்கு முதுகை நன்கு உள்புறமாக வளைக்கவும். இந்த நிலையில், சுமார் 20 விநாடிகள் வரை சாதாரண சுவாசத்தில் இருக்கவும்.
- பிறகு, மூச்சை வெளிவிட்டுக்கொண்டே தொடைகள், மார்பு மற்றும் நெற்றியைத் தரைக்குக் கொண்டு வரவும். கடைசியில், கைகளின் பிடியில் இருந்து கணுக்கால் களை விடுவித்து இயல்பு நிலைக்குத் திரும்பவும்.

பலன்கள்:

இந்த ஆசனமும், முதுகுத் தண்டில் பிரச்னை உள்ளவர் களுக்கு நல்ல ஆசனமாகும். வயிற்றுப் பகுதியில் உள்ள கொழுப்பைக் குறைப்பதுடன், ஜீரண சக்தியை அதிகரிக் கிறது. தவிர, வாயுப் பிரச்னையையும், மலச்சிக்கலையும் போக்குகிறது.

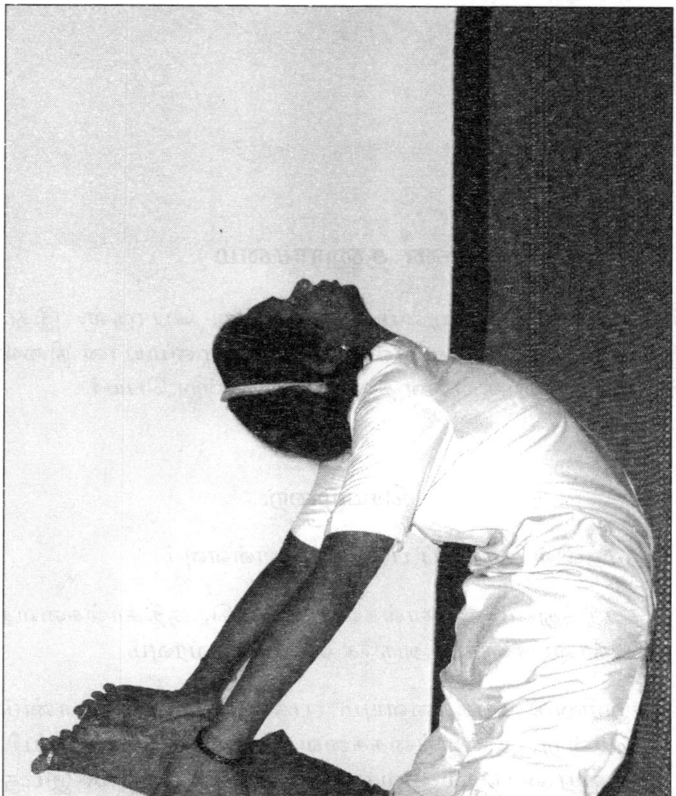

தனுராசனம்

ஆசனம் எண்: 49

பூர்ண தனுராசனம்

பூர்ண என்றால் 'முழுமையான' என்று பொருள். இது, தனுராசனத்தின் (ஆசனம் எண் : 48) முழுமையான நிலை என்பதால், இதற்கு பூர்ண தனுராசனம் என்று பெயர்.

செய்முறை:

- முதலில் குப்புறப் படுத்துக்கொள்ளவும்.
- அடுத்து, முழங்கால்களை மடக்கி, குதிகால்களைத் தொடைகளுக்கு அருகே கொண்டு வரவும்.
- இரண்டு கைகளையும் பக்கவாட்டில் கொண்டு சென்று, உள்ளங்கைகளை வெளிப்புறம் திருப்பி, வலது கையால் வலது கால் விரல்களையும், இடது கையால் இடது கால் விரல்களையும் பிடிக்கவும்.
- பிறகு, முழங்கைகளை வளைத்து கால்களை முன் நோக்கி இழுக்கவும். அதாவது, தொடைகளையும், தலையையும் தரையில் இருந்து மேல் நோக்கி இழுத்து, வயிறு மட்டும் தரையில் இருக்கும்படி செய்யவும்.
- மேலும், பிடியைத் தளர்த்தாமல், முதுகை வளைத்து, முழங்கைகளை நன்கு நேராக்கி மேல்நோக்கி நீட்டவும். அதாவது, கை மற்றும் கால் விரல்களை முடிந்த அளவுக்குத் தரையில் இருந்து அதிக உயரத்தில் வைக்க வேண்டும்.
- இந்த நிலையில், மூச்சுவிடுவது புதியவர்களுக்குக் கொஞ்சம் கஷ்டமாக இருக்கும். தொடர் பயிற்சியின்

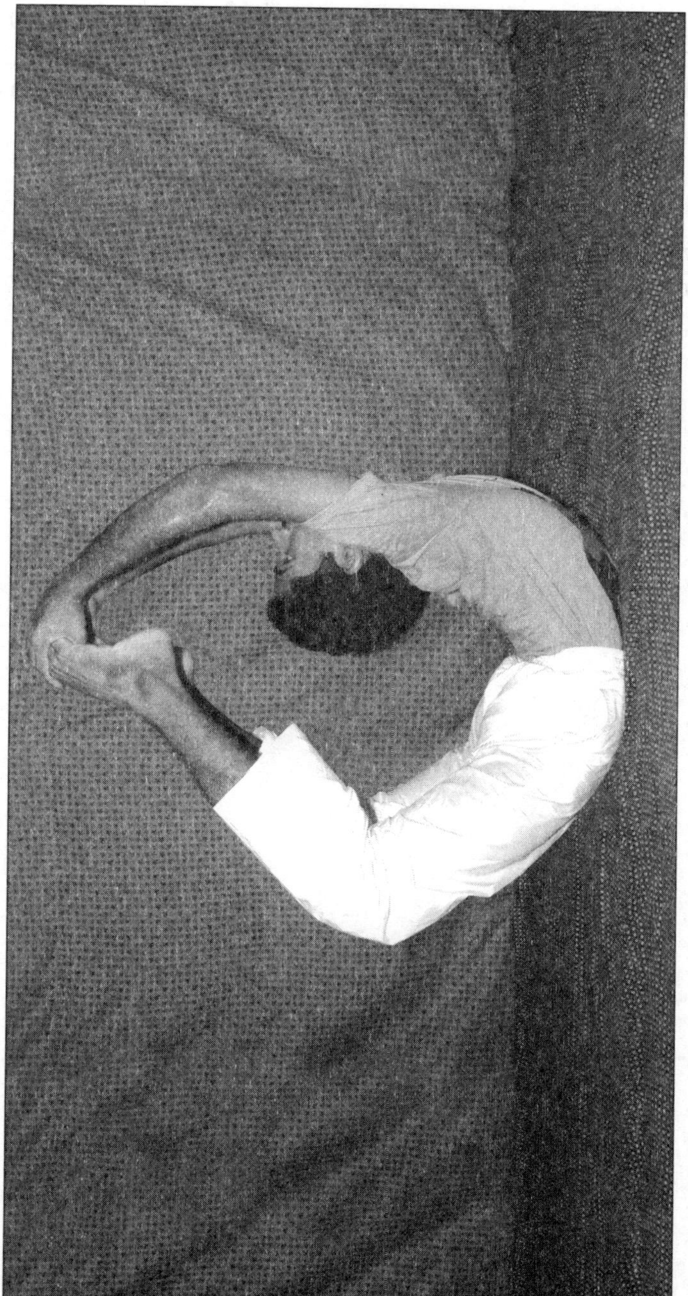

பூர்ண தனுராசனம்

மூலம் இப்பிரச்னை தீரும். சுமார் 15 முதல் 20 விநாடிகள் வரை சாதாரண மூச்சில் இருந்துவிட்டு, முழங்கால்களையும் முழங்கைகளையும் தளர்த்தி பிடியை விட்டுவிடவும்.

பலன்கள்:

ஜீரண சக்தியை அதிகரிப்பதில் இந்த ஆசனம் முதன்மையானது. மேலும், மனத்தையும் உடலையும் புத்துணர்ச்சியுடனும் வைக்கிறது.

நின்றுகொண்டு செய்யும் ஆசனங்கள்

50. விருக்ஷாசனம்
51. திரிகோணாசனம்
52. பரிவிர்த திரிகோணாசனம்
53. பார்சுவகோணாசனம்
54. பரிவிர்த பார்சுவகோணாசனம்
55. வீரபத்ராசனம் - 1
56. வீரபத்ராசனம் - 2
57. உட்கடாசனம்
58. வாதாயநாசனம்
59. பாதாங்குஷ்டாசனம்
60. நடராஜாசனம்

ஆசனம் எண்: 50

விருக்ஷாசனம்

வடமொழியில் விருக்ஷம் என்றால் 'மரம்'. இந்த ஆசனம், மரத்தைப் போன்ற வடிவத்தில் இருப்பதால் விருக்ஷாசனம் என்று அழைக்கப்படுகிறது.

செய்முறை :

- முதலில் நேராக நிமிர்ந்து நிற்க வேண்டும்.
- வலது காலை மடித்து இடது தொடையின் உள்பக்கமாக வைக்கவும். குதிகால் மேல்நோக்கியும், விரல்கள் கீழ் நோக்கியும் இருக்க வேண்டும். இடது கால் பாதம், தரையில் முழுமையாகப் பதிந்திருக்க வேண்டும்.
- அடுத்தகட்டமாக, வணக்கம் தெரிவிப்பதுபோல் இரு உள்ளங்கைகளையும் ஒன்றுசேர்த்து, மூச்சை உள் இழுத்துக்கொண்டே தலைக்கு மேலே உயர்த்தவும். முழங்கைகள் நேராக இருக்க வேண்டும். உடலைப் பக்கவாட்டில் பார்க்கும்போது ஆனத்தின் தோற்றம் ஒரே நேர்க்கோட்டில் இருக்க வேண்டும்.
- சுமார் 30 விநாடிகளுக்கு சாதாரண மூச்சில் அதே நிலையில் நிற்க வேண்டும். அதன்பிறகு, மூச்சை வெளிவிட்டுக்கொண்டே கைகளையும், கால்களை யும் இறக்க வேண்டும்.
- இதேபோல், இடது காலையும் மடக்கி வலது தொடையின் உள்பக்கமாக வைத்து இந்த ஆசனத்தைச் செய்யவும்.

விருக்ஷாசனம்

பலன்கள் :

இந்த ஆசனத்தைச் செய்வதால், மனத்துக்கும் உடலுக்கும் சமநிலையும், உறுதியும் கிடைக்கும். கால்களும், தோள் களும் நன்றாக வலிமை பெறும். மார்பு விரிவடைவதால் சுவாசப் பிரச்னைகள் தீரும். தவிர, ஞாபகசக்தியை அதிகரிக்கவும், மனத்தை ஒருங்கிணைக்கவும் இந்த ஆசனம் பயன்படுகிறது.

ஆசனம் எண்: 51

திரிகோணாசனம்

திரிகோணம் என்றால் ‘மூன்று கோணம்’ என்று பொருள். இந்த ஆசனத்தின் இறுதிக் கட்டத்தில், உடலில் மூன்று கோணங்கள் தெரிவதால், இதற்கு திரிகோணாசனம் என்று பெயர்.

செய்முறை:

- இரண்டு கால்களையும் பக்கவாட்டில் அகட்டி வைக்கவும். இரண்டு பாதங்களுக்கு இடையே உள்ள தூரம், உங்கள் உயரத்தின் ஐந்தில் மூன்று பங்கு இருக்க வேண்டும்.

- அடுத்து, வலது பாதத்தை வெளிப்பக்கமாக 90 டிகிரி கோணத்துக்குத் திருப்பவும்.

- அடுத்து, மூச்சை ஆழ்ந்து உள் இழுத்துக்கொண்டே, இரண்டு கைகளையும் தோள்களுக்கு இணையாக பக்கவாட்டில் உயர்த்தவும். கைகளை வளையாமல் நன்கு நீட்டப்பட வேண்டும்.

- பிறகு, மூச்சை வெளிவிட்டுக்கொண்டே, உடலை வலது பக்கம் பக்கவாட்டில் சாய்த்து, வலது உள்ளங்கையை வலது பாதத்துக்கு வெளியே தரையில் ஊன்றவும்.

- அடுத்து, தலையை மேல் நோக்கித் திருப்பி, இடது உள்ளங்கையைப் பார்க்கவும். அதாவது, இரண்டு கைகளும் தரைக்குச் செங்குத்தாக ஒரே நேர்க் கோட்டில் இருக்க வேண்டும்.

ஆசனத்தின் முன் பக்கம்

ஆசனத்தின் பின் பக்கம்

- இந்த நிலையில், சுமார் 20 விநாடிகள் வரை சாதாரண மூச்சில் இருக்கவும். பிறகு, மூச்சை உள் இழுத்துக் கொண்டே இயல்பு நிலைக்குத் திரும்பவும்.
- இதேபோல், இடது பக்கமும் உடலைப் பக்கவாட்டில் சாய்த்து செய்யவும்.

பலன்கள்:

இந்த ஆசனம், கால்கள் மற்றும் இடுப்பில் உள்ள தசை இறுக்கத்தைப் போக்கி அந்தப் பகுதிகளை வலுப்படுத்து கிறது. மார்பை நன்கு விரிவடையச் செய்கிறது. இடுப்பில் உள்ள கொழுப்பைக் குறைப்பதுடன், முதுகுப் பகுதியையும் பலப்படுத்துகிறது.

ஆசனம் எண்: 52

பரிவிர்த திரிகோணாசனம்

பரிவிர்த என்றால் 'முறுக்கிய' அல்லது 'திரும்பிய நிலை' என்று பொருள். திரிகோணம் என்றால் 'மூன்று கோணங்கள்'. இந்த ஆசனத்தின்போது, உடலில் மூன்று கோணங்கள் காணப்படும். அதனால், இந்த ஆசனத்துக்கு பரிவிர்த திரிகோணாசனம் என்று பெயர்.

செய்முறை :

- நேராக நின்றுகொண்டு கால்களைப் பக்கவாட்டில் அகட்டி வைக்கவும். இரு குதிகால்களுக்கு இடையே உள்ள தூரம், உங்கள் உயரத்தில் ஐந்தில் மூன்று பங்கு இருக்க வேண்டும்.
- அடுத்து, வலது பாதத்தை 90 டிகிரி கோணத்துக்கு வெளிப்புறமாகத் திருப்பவும்.
- பிறகு, இரு கைகளையும், பக்கவாட்டில் நீட்டி, தோள் உயரத்துக்குத் தூக்கவும். அப்போது, உள்ளங்கைகள் வானத்தைப் பார்த்து இருக்க வேண்டும்.
- இந்த நிலையில், மூச்சை ஆழ்ந்து உள் இழுத்து மெதுவாக வெளிவிட்டுக்கொண்டே, உடலை வலது பக்கமாகத் திருப்பவும். பிறகு, இடது கையை வலது கால் பாதத்தை ஒட்டி தரையில் பதிக்கவும் அல்லது விரல்களால் தரையைத் தொடவும்.
- அடுத்து, தலையை மேல்பக்கமாகத் திருப்பி வலது கையின் உள்ளங்கையைப் பார்க்கவும். அப்போது, இரண்டு கைகளும் மேலிருந்து கீழாக ஒரே நேர்க் கோட்டில் இருக்க வேண்டும். கால்கள் கண்டிப்பாக வளைக்கக் கூடாது. பிறகு, மூச்சை உள் இழுத்துக் கொண்டே மேலே வரவும்.

பரிவிர்த திரிகோணாசனம்

- அடுத்து, மூச்சை வெளிவிட்டுக்கொண்டே, மேலே செய்ததுபோல் உடலை இடது பக்கமாகத் திருப்பி செய்யவும்.

பலன்கள்:

இந்த ஆசனம், இடுப்புத் தசைகளையும், தொப்பையையும் குறைப்பதோடு, வயிற்றின் உள் உறுப்புகளுக்கு நல்ல அழுத்தத்தையும், ரத்த ஓட்டத்தையும் அளிக்கிறது. இதனால், ஜீரண மற்றும் கழிவு மண்டலங்களில் உள்ள உறுப்புகள் நன்றாக வேலை செய்கின்றன. இந்த ஆசனம் செய்யும்போது முதுகுத்தண்டுவடமும், கால்களும் நன்கு நீட்சியுற்று வலுவடைவதால், உடலின் உயரம் அதிகரிக்கும். மேலும், உடலின் பின்புறத்தில் உள்ள நரம்புகள் அனைத்தும் தூண்டப்படுவதால், உடலுக்கு சுறுசுறுப்பு அதிகரித்து, தளர்ச்சி நீங்குகிறது.

ஆசனம் எண்: 53

பார்சுவ கோணாசனம்

பார்சுவ என்றால் 'பக்கவாட்டு' என்று பொருள். இந்த ஆசனம், உடலின் வலது மற்றும் இடது பக்கவாட்டுப் பகுதிக்கு அதிக முக்கியத்துவம் தருவதால், இதற்கு பார்சுவ கோணாசனம் என்று பெயர்.

செய்முறை:

- இரண்டு கால்களையும் பக்கவாட்டில் அகட்டி வைக்கவும். இரண்டு குதிகால்களுக்கு இடையே உள்ள தூரம், உங்கள் உயரத்தில் மூன்றில் இரண்டு பங்கு இருக்க வேண்டும்.
- அடுத்து, வலது பாதத்தை 90 டிகிரி கோணத்துக்கு வலது பக்கமாகத் திருப்பவும். அப்போது, மூச்சை வெளிவிட்டுக்கொண்டே வலது காலை மடக்கவும். அடுத்து, வலது உள்ளங்கையை வலது பாதத்துக்கு அருகே தரையில் பதிக்கவும். பிறகு, இடது கையை தலைக்கு மேலே இடது காதை ஒட்டியவாறு நீட்டவும்.
- இந்த நிலையில் பார்க்கும்போது, வலது காலின் கீழ்ப் பகுதி, அதாவது மூட்டு வரை, தரைக்கு செங்குத்தாகவும், வலது தொடைப்பகுதி, தரைக்கு இணையாக கிடைமட்டத்திலும் இருக்க வேண்டும்.
- இடது கால், வளையாமல் நேராகவும், பாதம் நன்றாகத் தரையில் பதிந்தும் இருக்க வேண்டும். வலது உள்ளங்கையும், இரு தோள்களும் ஒரே நேர்க் கோட்டில் தரைக்குச் செங்குத்தாக இருக்க வேண்டும்.

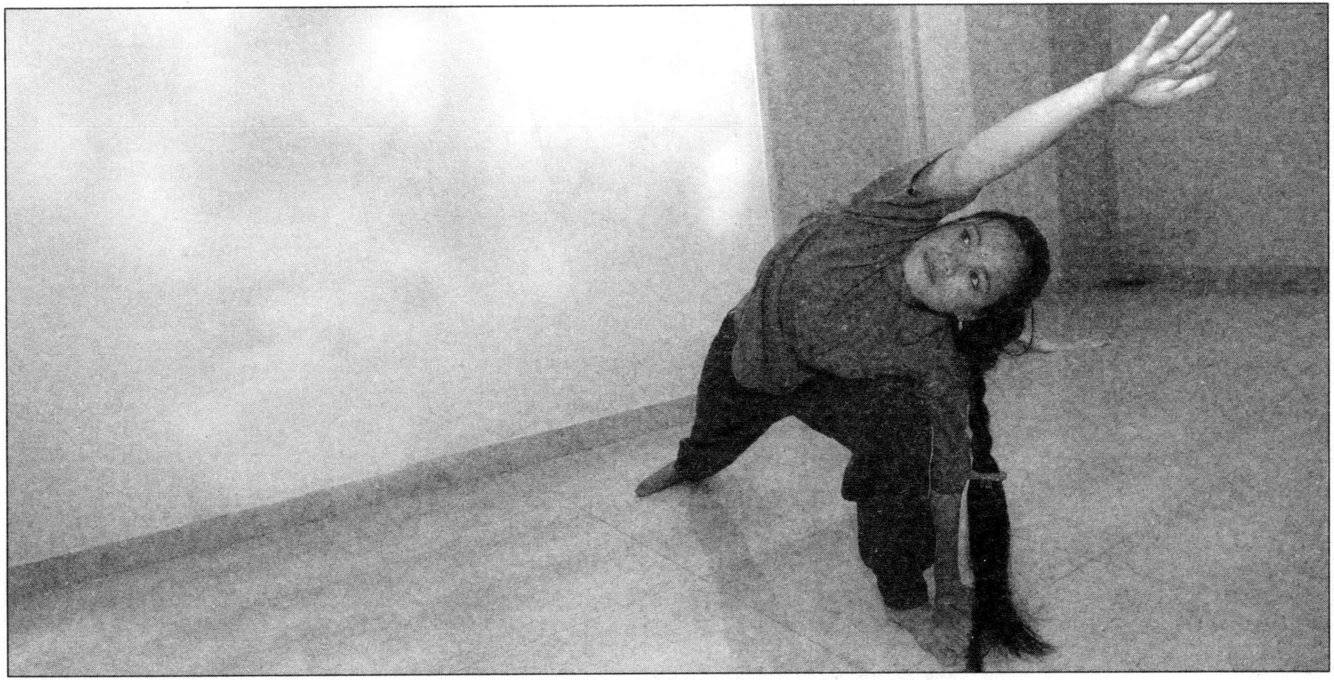

பார்சுவ கோணாசனம்

- இடது கால் பாதம் முதல் கை விரல் நுனி வரை ஒரே நேர்க்கோட்டில் இருப்பதற்கு, உடலின் இடது பக்கத்தை நன்கு நீட்டவும். உடலின் பக்கவாட்டுத் தோற்றம் ஒரே நேர்க்கோட்டில் இருக்க வேண்டும்.
- சுமார் 30 விநாடிகள் கழித்து, மூச்சை உள் இழுத்துக் கொண்டே நேராக நிமிர்ந்து நிற்கவும். பிறகு, மேலே செய்ததுபோல் மூச்சை வெளிவிட்டுக்கொண்டே இடது பக்கமும் செய்யவும்.

பலன்கள் :

இந்த ஆசனம் செய்வதால், உடலின் இடது மற்றும் வலது பக்கத்தில் உள்ள ஊளைச் சதை குறைகிறது. மார்பை விரிவாக்கி, ஆழ்ந்த நீண்ட மூச்சுக்கு வழி செய்கிறது. காலில் உள்ள எல்லா மூட்டுகளும் வலிமை பெறுகின்றன.

ஆசனம் எண்: 54

பரிவிர்த பார்சுவ கோணாசனம்

பரிவிர்த என்றால் 'திரும்பிய' அல்லது 'முறுக்கிய' என்று பொருள். பார்சுவ என்றால் 'பக்கவாட்டு' என்று பொருள். பார்சுவ கோணாசனத்தில் (ஆசனம் எண் : 53) உடலைப் பக்கவாட்டில் திரும்பிய அல்லது முறுக்கிய நிலையில் வைத்துச் செய்யக்கூடிய ஆசனம் இது.

செய்முறை:

- இரண்டு கால்களையும் பக்கவாட்டில் அகட்டி வைக்கவும். இரண்டு கால் பாதங்களுக்கு இடையே உள்ள தூரம், உங்கள் உயரத்தில் மூன்றில் இரண்டு பங்கு தூரம் அளவுக்கு இருக்க வேண்டும்.

- அடுத்து, வலது காலை 90 டிகிரி கோணத்துக்கு வலது பக்கமாகத் திருப்பவும். இடது கால் நேராக இருக்க, வலது காலை மடக்கவும். இப்போது பார்க்கும்போது, வலது காலின் கீழ்ப் பகுதி, அதாவது மூட்டு வரை, தரைக்கு செங்குத்தாகவும், வலது தொடைப்பகுதி, தரைக்கு இணையாக கிடைமட்டத்திலும் இருக்க வேண்டும்.

- பிறகு, மூச்சை வெளிவிட்டுக்கொண்டே உடலை வலது பக்கமாகத் திருப்பி இடது உள்ளங்கையை வலது பாதத்துக்குப் பக்கத்தில் தரையில் பதிக்க வேண்டும்.

- காதை ஒட்டியபடி வலது கையை நீட்டி, தலையை மேல்பக்கமாகத் திருப்பி உள்ளங்கையைப் பார்க்கவும்.

பரிவிர்த்து பார்சுவ கோணாசனம்

- இந்த நிலையில் சுமார் 20 விநாடிகள் சாதாரண மூச்சுடன் இருக்கவும். பிறகு, மூச்சை உள் இழுத்துக் கொண்டே சாதாரண நிலைக்குத் திரும்பவும்.
- அடுத்து, மேலே செய்ததுபோல், உடலை இடதுபக்கத் திருப்பி இந்த ஆசனத்தைச் செய்யவும்.

பலன்கள்:

இந்த ஆசனம், வயிற்றுப் பகுதியில் நன்கு அழுத்தத்தைக் கொடுப்பதால், ஜீரண சக்தி அதிகரிக்கும். மலச்சிக்கலும் வராது. மேலும், உள் உறுப்புகளுக்கும், முதுகுத் தண்டு வடத்துக்கும் ரத்த ஓட்டத்தை அதிகரிக்கிறது. உடலில் உள்ள அதிகப்படியான கொழுப்பைக் கரைக்கிறது. தொடைகளுக்கு நல்ல நீட்சியையும், உறுதியையும் அளிக்கிறது.

ஆசனம் எண்: 55

வீரபத்ராசனம்-1

இந்த ஆசனம், சிவபெருமானால் உருவாக்கப்பட்டு, அவருடைய போர் வீரரான வீரபத்ரருக்கு அர்ப்பணிக்கப்பட்டது. அதனால், இந்த ஆசனத்துக்கு வீரபத்ராசனம் என்று பெயர்.

செய்முறை:

- இரு கால்களையும், உங்கள் உயரத்தில் மூன்றில் இரண்டு பக்க தூரத்துக்குப் பக்கவாட்டில் அகட்டி வைக்கவும்.
- வலது காலையும், உடலையும் 90 டிகிரி கோணத்துக்கு வலது பக்கமாகத் திருப்பவும்.
- பிறகு, வலது காலை மடக்கி, குதிகாலில் இருந்து முழங்கால் வரை தரைக்கு செங்குத்தாகவும், தொடைப்பகுதியை தரைக்கு இணையாக கிடை மட்டத்திலும் வைக்கவும்.
- அடுத்து, இரு கைகளையும் சேர்த்து வைத்து, மூச்சை உள் இழுத்துக்கொண்டே தலைக்கு மேலே உயர்த்தும் அதே நேரத்தில், கழுத்தைப் பின்பக்கமாக வளைக்கவும்.
- இந்த நிலையில், இடது கால் வளையாமல் பாதம் நன்கு தரையில் பதிந்திருக்க வேண்டும். சுமார் 15 விநாடிகளுக்கு இதே நிலையில் சாதாரண மூச்சில் இருக்க வேண்டும்.
- பிறகு, மூச்சை வெளிவிட்டுக்கொண்டே கைகளை இறக்கி வலது காலை நேராக நீட்டவும். அடுத்து,

வீரபத்ராசனம் - 1

இடது பக்கம் திரும்பி மேலே செய்ததுபோல் செய்யவும்.

பலன்கள்:

இந்த ஆசனம், கால் மற்றும் கைகளில் உள்ள மூட்டுகளுக்கு நன்கு இயங்கும் தன்மையையும் உறுதியையும் அளிக்கிறது. கீழ்முதுகுப் பகுதிக்கு வளையும் தன்மையையும், இடுப்புத் தசைகளைக் குறைக்கவும் உதவுகிறது. மார்பு விரிந்து, ஆழ்ந்த சுவாசத்துக்கு வழி செய்வதால், ஆஸ்துமா நோயாளி களுக்கு ஏற்ற ஆசனம் இது.

ஆசனம் எண்: 56

வீரபத்ராசனம்-2

இந்த ஆசனம், சிவபெருமானால் உருவாக்கப்பட்டு, அவருடைய போர் வீரரான வீரபத்ரருக்கு அர்ப்பணிக்கப்பட்டது. அதனால், இந்த ஆசனத்துக்கு வீரபத்ராசனம் என்று பெயர்.

செய்முறை:

- கால்கள் இரண்டையும் ஒன்றாகச் சேர்த்துவைத்து, நிமிர்ந்து நிற்கவும்.
- அடுத்து, மூச்சை ஆழ்ந்து உள் இழுத்துக்கொண்டே இரண்டு கைகளையும் தலைக்கு மேலே உயர்த்தவும்.
- கைகளை மேலே தூக்கும்போது, முழங்கைகள் வளையாமலும், உள்ளங்கைகள் ஒன்றோடு ஒன்று ஒட்டி, விரல்கள் வானத்தை நோக்கி இருக்க வேண்டும்.
- பிறகு, மூச்சை வெளிவிட்டுக்கொண்டே, முன்பக்கமாகச் சாயவும். அதாவது, இடுப்புக்கு மேலே உள்ள உடல் பகுதி தரைக்கு இணையாக கிடைமட்டத்திலும் இருக்க வேண்டும். அதேசமயத்தில், தரைக்குச் செங்குத்தாக கால்கள் இருக்க வேண்டும்.
- அடுத்து, மூச்சை உள் இழுத்துக்கொண்டே, உடல் எந்த மட்டத்தில் இருக்கிறதோ அந்த மட்டத்துக்கு வலது காலைத் தரையில் இருந்து பின்பக்கமாகத் தூக்க வேண்டும். அதாவது, கைகள், உடலின் மேல் பாகம் மற்றும் வலது கால், தரைக்கு இணையாக ஒரே நேர்க்கோட்டில் இருக்க வேண்டும்.
- இந்த நிலையில் சுமார் 20 விநாடிகள் இருந்து, இயல்பு நிலைக்குத் திரும்பவும்.

வீரபத்ராசனம் - 2

- பிறகு, காலை மாற்றி மேலே செய்ததுபோல் செய்யவும்.

பலன்கள்:

இந்த ஆசனத்தால், கால்களும் தோள்களும் வலுவடைகின்றன. உடலுக்கு சமநிலையையும், உறுதியையும் அளிக்கும் இந்த ஆசனம், வயிற்றுப் பகுதியில் சேரும் அதிகப்படியான கொழுப்பைக் குறைப்பதுடன், உள் உறுப்புகளையும் பலப்படுத்துகிறது.

ஆசனம் எண்: 57

உட்கடாசனம்

உட்கடம் என்றால் ‘சக்திவாய்ந்த’ என்று பொருள். உடலுக்கு நல்ல சக்தியைத் தருவதால் இந்த ஆசனத்துக்கு உட்கடாசனம் என்று பெயர்.

செய்முறை:

- கால்களை ஒரு அடி அகலத்துக்கு அகட்டி வைத்து நேராக நிற்கவும்.
- அடுத்து, இரண்டு கைகளையும் சேர்த்துவைத்து, மூச்சை உள் இழுத்துக்கொண்டே தலைக்கு மேலே உயர்த்தவும். எக்காரணம் கொண்டும் முழங்கை வளையக் கூடாது.
- பிறகு, மூச்சை வெளிவிட்டுக்கொண்டே, உடலை முன்புறம் சாய்காமல், கால்களை மடக்கவும். அதாவது, தரைப் பகுதிக்கு இணையாக தொடை இருக்க வேண்டும்.
- இந்த நிலையில், சுமார் 20 விநாடிகள் இருந்து, பிறகு மூச்சை உள் இழுத்துக்கொண்டே சாதாரண நிலைக்குத் திரும்பவும்.

பலன்கள்:

இந்த ஆசனத்தால், கால் தசைகளுக்கு நல்ல பயிற்சி கிடைக்கிறது. மேலும், தோள் பட்டையிலும், முதுகிலும் ஏற்பட்ட தசைப்பிடிப்பைப் போக்கி, அப்பகுதியில் உள்ள தசைகள் நன்கு இயங்க உதவி செய்கிறது. மார்புப் பகுதி நன்கு விரிவடைவதால் ஆழ்ந்த மூச்சுக்கும், வயிறு நன்கு அழுத்தப்படுவதால் உடலில் இருந்து கழிவுகள் எளிதாக வெளியேறுவதற்கும் வழி செய்கிறது.

ஆசனத்தின் முதல் நிலை

இறுதி நிலை

ஆசனம் எண்: 58

வாதாயநாசனம்

வாதாயனம் என்றால் 'குதிரை' என்று பொருள். இந்த ஆசனம், குதிரையின் முகத்தைப்போல் இருப்பதால், இதற்கு வாதாயனாசனம் என்று பெயர்.

செய்முறை:

- முதலில் தரையில் உட்கார்ந்து, வலது கால் பாதத்தை இடது தொடை மீது வைக்கவும். அதாவது, அடி வயிற்றை வலது குதிகால் தொட்டுக்கொண்டிருக்க வேண்டும்.
- அடுத்து, உள்ளங்கைகளை உடலுக்கு பக்கவாட்டில் தரையில் ஊன்றி மேலே எழவும்.
- அப்படிச் செய்யும்போது, வலது கால் மூட்டுப் பகுதியால் தரையில் முட்டுக்கொடுக்க வேண்டி இருக்கும். மேலும், இடது காலும் சற்று முன்பக்கமாக வளைந்திருக்கும்.
- அடுத்து, மூச்சை ஆழ்ந்து உள் இழுத்துக்கொண்டே, உடலை நேராக நிமிர்த்தி, இரண்டு கைகளையும் ஒன்றோடு ஒன்று சேர்க்கவும்.
- பிறகு, மூச்சை வெளிவிட்டுக்கொண்டே, நெஞ்சுக்கு நேராக வணக்கம் தெரிவிப்பது போல் கைகளை மடக்கி வைக்கவும்.
- இந்த நிலையில், சுமார் 30 விநாடிகள்வரை, சாதாரண சுவாசத்தில் இருக்கவும். பிறகு, கைகளை விடுவித்து இயல்பு நிலைக்குத் திரும்பவும்.

வாதாயநாசனம்

- அடுத்து, கால்களை மாற்றி வைத்து, மேலே செய்தது போல் செய்யவும்.

பலன்கள்:

இந்த ஆசனம், முழங்கால் மற்றும் கணுக்கால் மூட்டுகளுக்கு நன்கு இயங்கும் தன்மையையும் உறுதியையும் அளிக்கிறது. மேலும், இடுப்புப் பகுதிக்கு ரத்த ஓட்டத்தை அதிகரித்து, அந்தப் பகுதியில் ஏற்படும் தசை இறுக்கத்தைப் போக்கு கிறது. மேலும், மனத்தை ஒருநிலைப்படுத்தும் ஆசன மாகவும் இது திகழ்கிறது.

ஆசனம் எண்: 59

பாதாங்குஷ்டாசனம்

பாத என்பது 'பாதத்தையும்', அங்குஷ்ட என்பது 'கால் கட்டைவிரலையும்' குறிக்கிறது. இந்த ஆசனம் செய்யும் போது, முன் பக்கம் குனிந்து கால் இவ்வாசனத்தில் முன்புறம் குனிந்து கால் கட்டைவிரலைப் பிடிப்பதால், இந்த ஆசனத் துக்கு பாதாங்குஷ்டாசனம் என்று பெயர்.

செய்முறை:

- இரு கால்களையும் சேர்த்துவைத்து நேராக நிமிர்ந்து நிற்கவும்.
- இரு கைகளையும் தலைக்கு மேலே தூக்கிக்கொண்டே மூச்சை ஆழ்ந்து உள் இழுக்கவும். பிறகு, மூச்சை வெளிவிட்டுக்கொண்டே முன்பக்கமாகக் குனிந்து இரு கைகளாலும் கால் கட்டை விரல்களைப் பிடிக்க வேண்டும். அப்போது, நெற்றியைக் கால் முட்டிப் பகுதியில் பதிக்க வேண்டும்.
- தொடைகள் மீது வயிறு நன்றாக ஒட்டியிருக்க வேண் டும். எக்காரணம் கொண்டும் கால்கள் வளையக் கூடாது. இந்நிலையில் 20 விநாடிகள் சாதாரண மூச்சுடன் இருக்க வேண்டும்.
- பிறகு, கைகளைத் தளர்த்தி ஆழ்ந்து மூச்சை உள் இழுத்துக்கொண்டே, நேராக நிமிர்ந்து நிற்கவும்.

பலன்கள்:

வயிற்றுப் பகுதியில் இருக்கும் கல்லீரல், கணையம் மற்றும் மண்ணீரல் உறுப்புகள் நன்றாகச் செயல்படுவதற்குத் தூண்டப்படுவதால், ஜீரண சக்தி அதிகரிக்கிறது. வாயுக் கோளாறுகளுக்கு ஏற்ற ஆசனம் இது. மேலும், தொப்பை யைக் குறைக்கவும் இந்த ஆசனம் உதவும்.

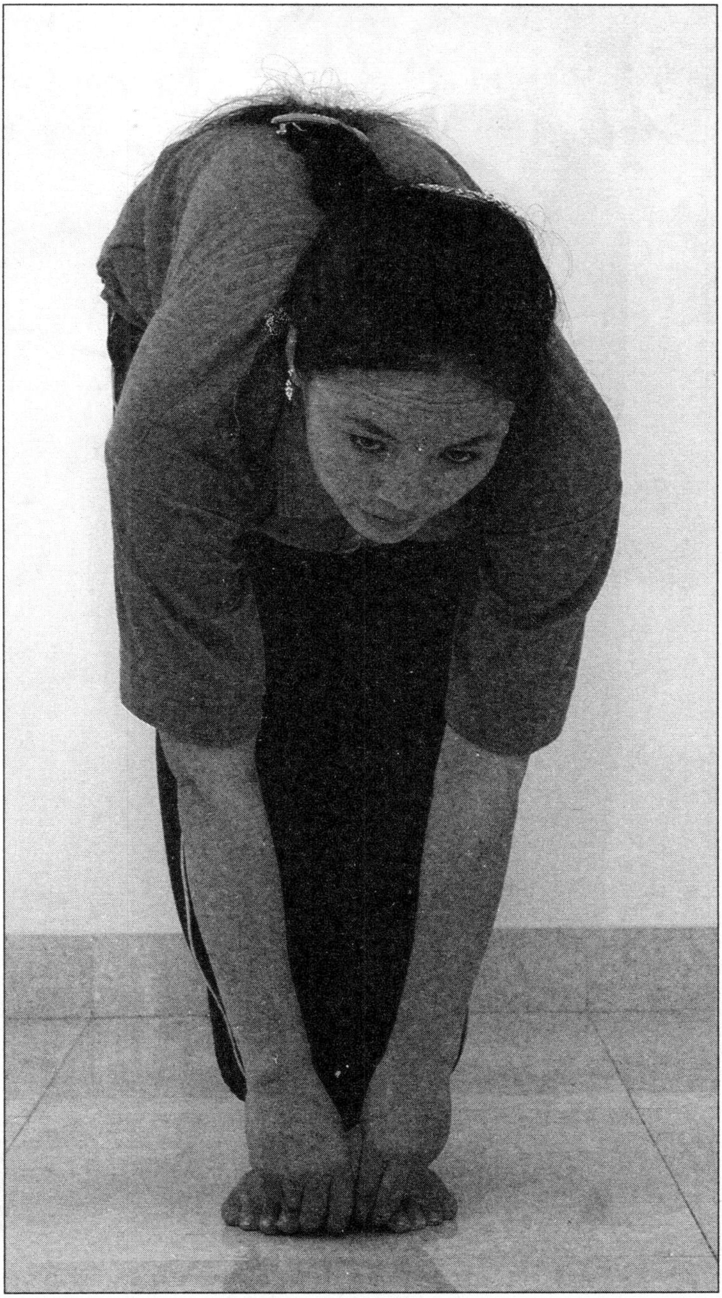

பாதாங்குஷ்டாசனம் முதல் நிலை

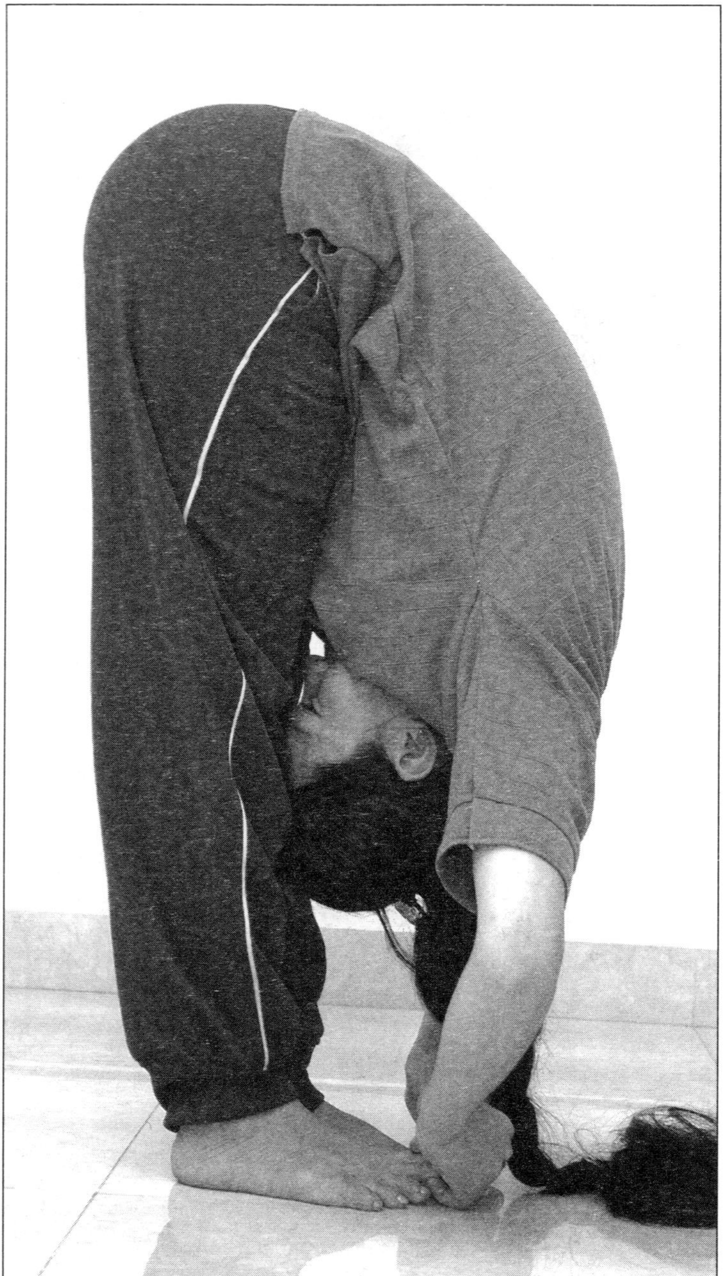

பாதாங்குஷ்டாசனம் இறுதி நிலை

ஆசனம் எண்: 60

நடராஜாசனம்

நடராஜர் என்றால் சிவபெருமான். அவருக்கு அர்ப்பணிக்கப் பட்டதால், இந்த ஆசனதுக்கு நடராஜாசனம் என்று பெயர்.

செய்முறை:

- உடலை நிமிர்த்தி நேராக நிற்கவும்.
- பிறகு, வலது காலை மடக்கி அதன் பெருவிரலை வலது கையால் பிடிக்கவும்.
- அடுத்து, மெதுவாக மூச்சை ஆழ்ந்து உள் இழுத்த படியே காலை மேலே பக்கவாட்டில் எவ்வளவு உயரம் முடியுமோ அந்த அளவுக்குத் தூக்கவும்.
- காலை வளைக்கக் கூடாது. மேலும், முதுகை முன் பக்கமாகவோ, உடலை வலது பக்கமாகவோ சாய்க்கக் கூடாது. இடது கையை, இடது பக்கம் மேல் நோக்கி நீட்டவும்.
- இடது காலை தரையில் நன்றாக ஊன்றி சாதாரண மூச்சில் நிற்கவும். ஒரு சில நிமிடங்களுக்குப் பிறகு மூச்சை வெளிவிட்டுக்கொண்டே காலை கீழே இறக்கவும்.
- மேலே செய்ததுபோல், காலை மாற்றித் தூக்கி செய்யவும்.

பலன்கள்:

இந்த ஆசனத்தின் மூலம், உடலின் இடுப்புப் பகுதியில் உள்ள தசை மிருதுவாகி வளையும் தன்மையை அடைகிறது. வயிற்றில் கொழுப்பு சேராமல் தடுக்கப்படுகிறது. மலச் சிக்கல் வராது.

நடராஜாசனம்

சவாசனம்

உடல் அசைவற்று (சவம் போல்), ஆனால் உணர்வோடு இருக்கும் ஆசனம் என்பதால் இதற்கு சவாசனம் என்று பெயர்.

உடலுக்கும் மனத்துக்கும் புத்துணர்ச்சி தரும் ஆசனம் என்றால் அது இந்த சவாசனம் மட்டுமே. இந்த ஆசனம் செய்யும்போது தூங்கிவிடக் கூடாது. இல்லையென்றால், தூக்கத்துக்கும் இதற்கும் வித்தியாசமே இல்லாமல் போய்விடும். மேலும், இந்த ஆசனத்தின் மூலம் புத்துணர்ச்சி கிடைக்காமல் போய்விடும்.

செய்முறை :

- முதலில் தரையில் மல்லாந்து படுத்துக்கொள்ள வேண்டும்.
- தலையை நேராக வைத்து, முகம் வானத்தைப் பார்த்தபடி இருக்க வேண்டும்.
- கண்களை மூடவும்.
- இரண்டு கைகளையும் உடலின் பக்கத்தில் தளர்ந்த நிலையில் வைக்கவும். உள்ளங்கைகளை வானத்தைப் பார்த்தபடி வைக்கவும்.
- தலை, கைகள், கால்கள் மற்றும் உடல் முழுவதும் மிகவும் தளர்ச்சியான நிலையில் வைக்கவும்.
- முதுகு நன்றாகத் தரையில் பதியும்படி படுத்திருக்கவும்.
- கால்களைச் சற்று அகட்டி வைக்கவும்.

- அடுத்து, தலை முதல் கால் வரை ஓய்வாக இருப்பதாக நினைக்கத் தொடங்கவும்.
- முதலில் உங்கள் மனத்தில் அமைதி (ஓய்வு) ஏற்படுகிறது என்று ஆரம்பித்து, தலை, கண்கள், கழுத்து, கைகள், மார்பு, இடுப்பு, முதுகு, தொடைப்பகுதி, மூட்டுகள், கணுக்கால், விரல்கள், பாதம் என உடலின் ஒவ்வொரு பகுதியாக மனத்தில் நிறுத்தி, அவை ஓய்வாக இருப்பதாக நினைக்கவும்.
- உங்கள் சுவாசத்தில் கவனம் செலுத்தி, மிகவும் சாதாரண சுவாசத்தில் இருக்கவும். இதே நிலையில், சுமார் ஆறு நிமிடங்களாவது இருக்க வேண்டும்.
- பிறகு, கால்களையும், கைகளையும் ஒன்றாகச் சேர்த்து, கண்களைத் திறந்து, எழுந்து உட்காரவும்.

இப்போது, உங்கள் மனதும், உடலும் புத்துணர்ச்சியுடன் இருப்பதை நீங்கள் நிச்சயம் உணர்வீர்கள்.

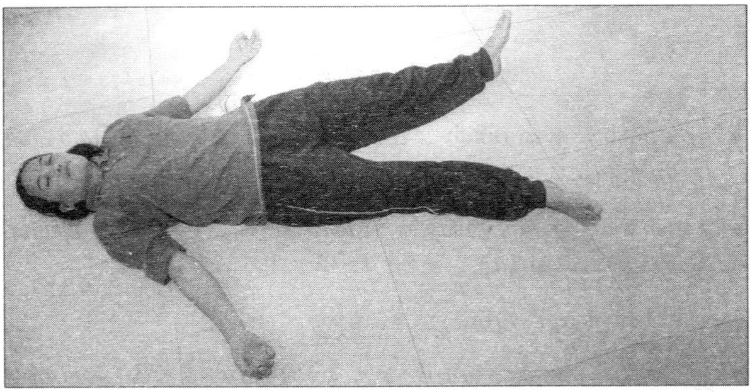

பலன்கள் :

மனத்துடன் உடலில் உள்ள அனைத்துப் பாகங்களும் ஓய்வாக இருப்பதால், உடலுக்கும் மனத்துக்கும் புத்துணர்ச்சியும், புதுத் தெம்பும் கிடைக்கிறது. அடுத்த வேலையைத் தொடங்குவதற்கு உடலும், மனதும் தயாராகிவிடுகின்றன. உயர் ரத்த அழுத்த நோயாளிகளுக்கு, மிகவும் பயனுள்ள ஆசனம் இது.

இந்த ஆசனத்தை, யோக நித்திரையின் முதல் கட்டம் என்றும் சொல்லலாம்.

யோக நித்திரை என்ற பயிற்சியை நீங்கள் தொடங்குவதாக இருந்தால், முதலில் நீங்கள் சவாசனத்தில் இருந்துதான் தொடங்க வேண்டும் என்பதை நினைவில் கொள்ள வேண்டும்.

நாம் அடுத்து யோக நித்திரைக்குள் செல்வோம்.

யோக நித்திரை (உணர்வுபூர்வமான உறக்கம்)

உடலும் மனமும் இணைந்து செயல்படும்போதுதான் எந்தச் செயலும் முழுமையாக வெற்றிபெறும். உடல் சோர்ந்துபோனால், சீக்கிரம் சரி செய்துகொள்ளலாம். ஆனால், மனம் சோர்ந்துபோனால் எல்லாம் கெட்டுப்போய் விடும்.

உடம்பார் அழியின் உயிரார் அழிவர்
திறம்பட மெய்ஞ்ஞானம் சேரவும் மாட்டார்
உடம்பை வளர்க்கும் உபாயம் அறிந்தேன்
உடம்பை வளர்த்தேன் உயிர் வளர்த்தேனே...

4

இது திருமூலரின் தீர்க்கமான கருத்து. உயிர் வாழ உடல் அவசியம். அதற்கு, உடலை நோய்களில் இருந்து காத்துக் கொள்ள வேண்டும். யோகாசனப் பயிற்சிகள் மூலம், உடலை நோய்களில் இருந்து காத்துக்கொள்ள முடியும்.

உடல் நலமாக இருந்தால்தான், அடுத்தகட்டமாக மனம் சம்பந்தப்பட்ட பயிற்சிகளைத் தடை இல்லாமல் செய்ய முடியும். உடலும் மனமும் ஒன்றோடு ஒன்று இணைந்தவை. உடல் வலுவாக இருந்தால்தான், வாழ்க்கையில் நாம் சாதிக்க நினைக்கும் அனைத்தையும் சாதிக்க முடியும். முதலில் உடலை செம்மையாக்கு, மனம் தானே செம்மையாகும். மனம் தெளிவாக இருந்தால் வெற்றி அடைவது சுலபம் என்று பெரியவர்கள் சொல்லியிருக்கிறார்கள்.

அந்த வகையில், மனத்தை ஒருநிலைப்படுத்தி, விழிப்புடன் உறக்க நிலைக்கு எடுத்துச் செல்லும் ஒரு டெக்னிக்தான், யோக நித்திரை.

அடுத்து, நாம் யோக நித்திரையின் அடுத்தடுத்த கட்டங்களை எப்படிச் செய்வது என்பதைப் பார்ப்போம்.

(**குறிப்பு :** கடுமையான பயிற்சிக்குப் பிறகுதான், யோக நித்திரையின் அடுத்த அடுத்த கட்டங்களுக்குத் தாமாகவே ஒருவர் செல்ல முடியும். அந்த நிலை வரும்வரை, யாராவது ஒருவருடைய உதவியுடன்தான் யோக நித்திரை பயிற்சியைச் செய்ய முடியும். இந்த யோக நித்திரை பயிற்சி, காதால் கேட்டு, மனத்தால் ஒருங்கிணைத்து செய்யக்கூடிய பயிற்சியாகும். அதற்கு, இன்னொருவரின் உதவி கண்டிப்பாகத் தேவை. இல்லையென்றால், யோக நித்திரையின் அடுத்த அடுத்த கட்டங்களை ஒலி நாடாவில் பதிவு செய்து, பயிற்சியின்போது அதை ஒலிக்கச் செய்தும் பயிற்சி செய்யலாம். இதற்கு இன்னொருவரின் உதவி தேவைப்படாது.)

யோக நித்திரைக்குத் தயாராதல்

யோக நித்திரைக்குத் தயாராவது என்பது மிகவும் எளிதான செயல். முதலில், சவாசன நிலையில் படுத்துக்கொள்ளவும். பிறகு, காலைப் பரப்பி வைக்கவும். அடுத்ததாக, கை விரல்களை விரித்து வைத்துக்கொண்டு, கண்களை மூடவும். கடைசியாக, உடல் முழுவதும் தரையில் படுமாறு வைத்து உடலைத் தளர்வாக வைத்துக்கொள்ளுங்கள். உங்களுடைய முழுக் கவனமும், உடலிலும் சுவாசிப்பதிலும் செலுத்துங்கள்.

இவை, யோக நித்திரைக்குச் செல்வதற்கு முன் செய்யவேண்டிய முக்கியமான செயல்கள். இவற்றைச் செய்த பிறகு,

யோக நித்திரை என்ற பயிற்சியில் 'முழு மனத்துடன்' ஈடுபட எளிதாக இருக்கும்.

யோக நித்திரை என்பது உணர்வுபூர்வமான உறக்கம். ஆக, யோக நித்திரையில் இருக்கும்போது தூங்கக் கூடாது.

அடுத்து, யோக நித்திரையின் அடுத்த அடுத்த கட்டங் களுக்குச் செல்வோம்.

- முழு உடலையும் தளர்வாக வைக்கவும்.
- நிறைவான 'ஓய்வு பெற', முழு உடலையும் சற்றே இறுக்கமாக வைக்கவும்.
- உடலை இறுக்கமாக்க, கைகளையும், கால்களையும் ஒன்று சேர்த்து வைக்கவும்
- தலை முதல் கால் வரை உள்ள தசைப்பகுதிகளை இறுக்கவும்.
- ஆழமாக மூச்சை இழுத்து நிறுத்தவும்.
- மனத்துக்குள் 1, 2, 3, 4, 5, 6, 7, 8, 9, 10 என்று எண்ணிக் கொண்டு, மூச்சை மெதுவாக வெளிவிடவும்.
- முதலில், முகத் தசைகளைத் தளர்த்தவும்.
- அடுத்து, கைகளைத் தளர்த்தவும்.
- கால்களைத் தளர்த்தவும்.
- அடுத்து, உடல் முழுவதையும் தளர்த்தி, இறுக்கத்தில் இருந்து வெளியேற்றவும்.
- கடைசியாக, உடலை முழுவதுமாகத் தளர்த்தவும்.

குறிப்பு: இந்த சமயத்தில், படுத்திருக்கும் நிலையில் ஏதாவது மாற்றம் செய்ய வேண்டும் என்றால், இப்போது செய்து கொள்ளுங்கள். படுத்திருக்கும் நிலையை மாற்ற வேண்டும்; உடையைச் சரி செய்ய வேண்டும்; கீழே விரித்திருக்கும் படுக்கை விரிப்பை சரிசெய்ய வேண்டும் என்றால், இப்போதே செய்துவிட வேண்டும். ஏன் என்றால், யோக நித்திரைக்குள் சென்றுவிட்டால், உடலை அசைக்காமல் வைத்திருக்க வேண்டும். அதனால், எந்த மாற்றமாக இருந்தாலும், அவற்றை இப்போது செய்துகொண்டுவிடவும்.

இப்போது, யோக நித்திரையின் அடுத்த கட்டத்துக்குச் செல்வோம்.

கால் பாதம் முதல் தலை வரை உடலைத் தளர்த்தத் தொடங் குங்கள்.

- கால் விரல்களைத் தளர்த்தவும்.
- கால்களைத் தளர்த்தவும்.
- குதிகாலைத் தளர்த்தவும்.
- கணுக்காலைத் தளர்த்தவும்.
- கால் கெண்டைக்கால் தசையைத் தளர்த்தவும்.
- முழங்கால்களைத் தளர்த்தவும்.
- தொடைப்பகுதியைத் தளர்த்தவும்.
- இடையைத் தளர்த்தவும்.
- முதுகைத் தளர்த்தவும்.
- வயிற்றைத் தளர்த்தவும்.
- மார்புப்பகுதியைத் தளர்த்தவும்.
- கைகளைத் தளர்த்தவும்.
- கை விரல்களைத் தளர்த்தவும்.
- மணிக்கட்டைத் தளர்த்தவும்.
- முழங்கையைத் தளர்த்தவும்.
- தோள்பட்டையைத் தளர்த்தவும்.
- கழுத்தைத் தளர்த்தவும்.
- முகத்தைத் தளர்த்தவும்.
- மனத்தைத் தளர்த்தவும்.
- மனத்தில் உள்ள இறுக்கத்தை எல்லாம் வெளியேற்றி மனத்தை முழுவதுமாகத் தளர்த்தவும்.
- முற்றிலும் தளர்வாக இருக்கவும்.

யோக நித்திரை என்பது உணர்வுபூர்வமான உறக்க நிலை. ஆகவே, யோக நித்திரையைத் தொடங்கும்முன், ஒரு

விஷயத்தை நீங்கள் தீர்க்கமாகத் தீர்மானித்துக்கொள்ள வேண்டும்.

அந்தத் தீர்மானம் என்னவென்றால்,

நான் ஆரோக்கியம் அடைகிறேன்...

நான் ஆரோக்கியம் அடைகிறேன்...

நாம் ஆரோக்கியம் அடைகிறேன்...

என்று மீண்டும் மீண்டும் மனத்துள்ளேயே சிறிது நேரம் சொல்லிக்கொள்ள வேண்டும்.

அடுத்து, உங்கள் சுவாசத்தை உணருங்கள். உங்கள் சுவாசம், மெதுவாகவும், அமைதியாகவும் இருக்கட்டும்.

இந்தப் பயிற்சியை 20 முறை செய்ய வேண்டும். அதாவது, மூச்சை 20 முறை உள்ளே இழுத்தால், 20 முறை வெளிவிட வும். இவ்வாறு செய்யும்போது, 20, 19, 18,... என்று 1 வரை மனத்துக்குள் சொல்லிக்கொண்டே வர வேண்டும்.

முதல்முறை மூச்சை உள்ளே இழுக்கும்போது 20 என்று மனத்தில் எண்ணிக்கொள்ள வேண்டும். பிறகு, மூச்சை வெளிவிடும்போது மனத்துக்குள் 20 என்று எண்ணிக்கொள்ள வேண்டும். அடுத்து மூச்சை உள்ளே இழுக்கும்போது 19 என்றும், வெளிவிடும்போது 19 என்றும் எண்ணிக்கொள்ள வேண்டும். இப்படியே, 1 வரை மூச்சை உள்ளே இழுத்து, வெளிவிட வேண்டும்.

இப்படி சுவாசத்தை உணர்ந்த பிறகு, உடலின் உணர்ச்சிகளை அறியத் தொடங்குங்கள்.

முதலில் உடலின் இடது பக்கத்தில் தொடங்கவும்.

(**குறிப்பு:** ஒவ்வொரு பாகத்தையும் மனத்துக்குள் நினைத்துக் கொண்டு அந்த இடத்தில் கவனத்தைக் குவிக்க வேண்டும்).

- இடது கை.
- இடது பெருவிரல்.
- இடது ஆள்காட்டி விரல்.

- இடது நடுவிரல்.
- இடது மோதிர விரல்.
- இடது சுண்டு விரல்.
- இடது மணிக்கட்டு.
- இடது முன்னங்கை.
- இடது முழங்கை.
- இடது மேல் கை.
- இடது தோள்.
- இடது அக்குள்.
- இடது பக்க மார்பு.
- இடது பக்க விலா.
- இடது பக்க வயிறு.
- இடது பக்க இடை.
- இடது தொடை.
- இடது முழங்கால்.
- இடது கெண்டைக்கால்.
- இடது குதிகால்.
- இடது பாதம்.
- இடது கால் பெருவிரல்.
- இடது கால் இரண்டாவது விரல்.
- இடது கால் மூன்றாவது விரல்.
- இடது கால் நான்காவது விரல்.
- இடது கால் சுண்டு விரல்.

அடுத்ததாக, உடலில் வலது பக்கத்துக்குச் செல்வோம்.

- வலது கை.
- வலது பெருவிரல்.
- வலது ஆள்காட்டி விரல்.
- வலது நடுவிரல்.
- வலது மோதிர விரல்.
- வலது சுண்டு விரல்.
- வலது மணிக்கட்டு.
- வலது முன்னங்கை.
- வலது முழங்கை.
- வலது மேல் கை.
- வலது தோள்.
- வலது அக்குள்.
- வலது பக்க மார்பு.
- வலது பக்க விலா.
- வலது பக்க வயிறு.
- வலது பக்க இடை.
- வலது தொடை.
- வலது முழங்கால்.
- வலது கெண்டைக்கால்.
- வலது குதிகால்.
- வலது பாதம்.
- வலது கால் பெருவிரல்.
- வலது கால் இரண்டாவது விரல்.
- வலது கால் மூன்றாவது விரல்.
- வலது கால் நான்காவது விரல்.
- வலது கால் சுண்டு விரல்.

அடுத்து, உடலின் முன்பக்கத்துக்கு வருவோம். அங்கு உள்ள ஒவ்வொரு பாகத்தையும் உணரத் தொடங்குங்கள்.

நெற்றி, வலது புருவம், வலது கண், வலது கை, வலது கன்னம், மூக்கு, வாய், மேல் உதடு, கீழ் உதடு, தாடை, தொண்டை, வலது மார்பு, வயிறு, வலது தொடை, வலது முழங்கால், வலது கெண்டைக்கால், வலது குதிகால், வலது பாதம், வலது பெருவிரல், வலது கால் இரண்டாவது விரல், வலது கால் மூன்றாவது விரல், வலது கால் நான்காவது விரல், வலது கால் சுண்டு விரல், வலது பாதம் என வலது பக்கம் முழுவதையும் உணர்ந்த பிறகு, இடது பக்கத்துக்கு வரவும்.

வலது பக்கத்தில் செய்ததைப் போலவே, இடது பக்கத்தில் உள்ள ஒவ்வொரு பாகத்தையும் உணரத் தொடங்கவும்.

முதலில் நெற்றியில் தொடங்கி, இடது புருவம், இடது கண், இடது காது, இடது கன்னம், மூக்கு வாய், மேல் உதடு, கீழ் உதடு, தாடை, தொண்டை, இடது மார்பு, வயிறு, இடது தொடை, இடது முழங்கால், இடது கெண்டைக்கால், இடது குதிகால், இடது பாதம், இடது பெருவிரல், இடது கால் இரண்டாவது விரல், இடது கால் மூன்றாவது விரல், இடது கால் நான்காவது விரல், இடது கால் சுண்டு விரல், இடது பாதம் என இடது பக்கம் முழுவதையும் உணர வேண்டும்.

உடலில் வலது மற்றும் இடது பக்கத்தில் உள்ள ஒவ்வொரு பாகத்தையும் உணர்ந்த பிறகு, அடுத்ததாக உடலின் பின் பக்கம் நம் கவனத்தைத் திருப்ப வேண்டும்.

முதலில் பின்னந்தலை, அடுத்ததாகக் கழுத்து, வலது பக்க தோள், வலது பக்க முதுகு, வலது பக்க இடுப்பு, வலது பக்க இடை, வலது பக்க தொடை, வலது பக்க கெண்டைச்சதை, வலது பக்க குதிகால், வலது பக்க பாதம் என, வலப் பக்கம் உள்ள பகுதிகளை உணர வேண்டும்.

தொடர்ந்து, இடப் பக்கத்தில் உள்ள பகுதிகளை உணர வேண்டும்.

முதலில் பின்னந்தலை, அடுத்ததாகக் கழுத்து, இடது பக்க தோள், இடது பக்க முதுகு, இடது பக்க இடுப்பு, இடது பக்க

இடை, இடது பக்க தொடை, இடது பக்க கெண்டைச் சதை, இடது பக்க குதிகால், இடது பக்க பாதம் முழுவதையும் உணர வேண்டும்.

இதுவரை, முதலில் உடலின் வலது பக்கத்தை உணர்ந்தோம். அடுத்ததாக உடலின் இடது பக்கத்தை உணர்ந்தோம். அதற்கு அடுத்து, உடலின் பின் பக்கத்தை வலது மற்றும் இடது எனப் பிரித்து முழுமையாக உணர்ந்தோம்.

- இப்போது, உடலை முழுவதுமாக உங்களால் உணர முடியும்.

உணருங்கள்... உணருங்கள்... உணருங்கள்...

- இப்போது, தனித்தனியாகவும் உடலின் ஒவ்வொரு பாகத்தையும் உங்களால் உணர முடியும்.
- இப்போது, உடலின் வலது பக்கம் முழுவதையும் உணர முடியும்.
- இப்போது, உடலின் இடது பக்கம் முழுவதையும் உணர முடியும்.
- இப்போது, உடலின் முன் பக்கம் முழுவதையும் உணர முடியும்.
- இப்போது, உடலின் பின் பக்கம் முழுவதையும் உணர முடியும்.
- இப்போது உங்களால் உடலை முழுவதுமாக உணர முடியும்.
- இப்போது, உங்கள் சுவாசத்தை உணர்கிறீர்கள்.

உங்கள் சுவாசம் இப்போது மெதுவாகவும், அமைதியாகவும் இருக்கட்டும்.

மூச்சை ஆழமாக உள்ளே இழுங்கள். பிறகு மெதுவாக மூச்சை வெளிவிடுங்கள்.

மூச்சை உள்ளே இழுக்கும்போது மனத்தில் 20 என்று நினைத்துக்கொள்ளுங்கள். பிறகு, 20 என்று நினைத்துக் கொண்டு மெதுவாக மூச்சை வெளிவிடுங்கள். இதைப் போல், 19, 18, 17, ... என்று 1 வரை இறங்கு வரிசையிலும்,

அடுத்து 1, 2, 3, ... என்று 20 வரை ஏறு வரிசையிலும் மூச்சை உள்ளே இழுத்து, வெளிவிடும் பயிற்சியைச் செய்யவும்.

மூச்சை உள்ளே இழுக்கும்போது, உடலின் பாரத்தை உணர்வீர்கள்.

- கால் விரல்களில் உள்ள பாரம்,
- குதிகாலின் பாரம்,
- தொடைப் பகுதியில் உள்ள பாரம்,
- வயிறு பகுதியில் உள்ள பாரம்,
- மார்புப் பகுதியில் உள்ள பாரம்,
- கை பகுதியில் உள்ள பாரம்,
- மனத்தில் உள்ள பாரம்

என உணரும் சமயத்தில், மூச்சை உள்ளே இழுக்கும்போது உடல் மேலும் மேலும் பாரமாகிறது.

உங்கள் உடலை நகர்த்த முடியாதபடி உணர்வீர்கள்.

இப்போது, நகர்த்த முடியாதபடி உடல் பாரமாகிவிட்டது.

மூச்சை வெளிவிடும்போது, உடல் லேசாக மாறுவதை உணர் வீர்கள்.

கால் விரல், குதிகால், தொடை, வயிறு, மார்பு, கை மற்றும் பாரம் இல்லாத மன நிலையை உங்களால் உணர முடியும்.

இப்போது உங்கள் உடல் முழுவதும் லேசாகவும், லகுவாக வும் இருப்பதை உணர்வீர்கள். உடல் இப்போது லேசாகி, பஞ்சு போன்ற தன்மையோடு இருப்பதை உணர்வீர்கள். நீங்கள் காற்றில் மிதப்பதுபோல் உணர்வீர்கள்.

- உங்கள் உடல் இப்போது காற்றில் மிதக்கிறது. உயரே, உயரே செல்கிறது.
- இப்போது, உங்கள் உடல் பூமியை விட்டு 100 அடி உயரத்தில் இருக்கிறது.
- நீங்கள் பூமியைப் பார்க்கிறீர்கள். ஆனால், உங்கள் கண் களுக்கு எதுவும் புலப்படவில்லை. உங்கள் கண்களுக்கு

எல்லாம் பச்சையாகத் தெரிகிறது. இருக்கும் சூழலை நீங்கள் சந்தோஷமாக அனுபவிப்பீர்கள். மிகவும் சந்தோஷமாகவும், மகிழ்ச்சியாகவும் உளப் பூரிப்புடன் உங்கள் சூழலை அனுபவிக்கிறீர்கள்.

- அழகிய நீலவானம், அடர்ந்த கருமேகம், வானில் சுதந்தர மாகப் பறக்கும் பறவைகள், ஜில்லென்ற காற்று கிடைக் கிறது. ஓர் அடர்த்தியான கறுத்த மேகம் உங்களை நெருங்குகிறது. அந்த மேகம் உங்கள் உடல் முழுவதை யும் மூடுகிறது. உங்களால் எதையும் பார்க்க முடிய வில்லை. எல்லாம் இருட்டாக இருக்கிறது. மேகம் மெது வாக நகருகிறது. இப்போது ஒரு ஒளிக்கீற்றை உங்களால் பார்க்க முடிகிறது. அதுவே உங்களுக்கு ஒரு நிறைவைக் கொடுக்கிறது.
- இப்போது தரைக்கு வர வேண்டும்போல் நீங்கள் உணர் வீர்கள். மெதுவாக கீழே வருகிறீர்கள்.
- அப்படியே கீழே இறங்கும்போது, ஆழ்கடலின் பக்கமாக ஈர்க்கப்படுகிறீர்கள். அதன் அழகிய அலைகளின் ஓசையைக் கேட்கிறீர்கள்.
- மணல் உலர்ந்திருக்கிறது.
- மணல் பரப்பில் இறங்குகிறீர்கள்.
- மணலின் கடினத்தன்மையை உங்கள் பாதத்தில் உணர் கிறீர்கள்.
- மணலில் மிகவும் கஷ்டப்பட்டு நடக்கிறீர்கள்.
- தண்ணீரை நோக்கி நடக்கிறீர்கள்.
- இப்போது, தண்ணீரில் அடியெடுத்து வைக்க வேண்டும் போல் உங்களுக்குத் தோன்றுகிறது.
- இப்போது, தண்ணீருக்குள் அடியெடுத்து வைக்கும் போது உங்கள் பாதத்தின் மீது தண்ணீர் வருகிறது.
- தண்ணீருக்குள் நிற்கும்போது, ஒரு சிறிய அலை வந்து உங்கள் காலைத் தொடுகிறது. உங்கள் காலில் படும் நீரை நீங்கள் இப்போது உணர்கிறீர்கள்.
- அலை திரும்பிச் செல்லும்போது காலுக்குக் கீழே உள்ள மணலும் நகர்கிறது.

- இன்னும் கொஞ்சம் தூரம் தண்ணீருக்குள் செல்ல வேண்டும் என்று உணர்கிறீர்கள்.
- இப்போது, தண்ணீருக்குள்ளேயே நடக்கிறீர்கள்.
- நீங்கள் தண்ணீருக்குள்ளேயே நடக்கும்போது, உங்கள் கால்கள் இன்னும் கொஞ்சம் நனைகிறது.
- இப்போது, தண்ணீருக்குள்ளேயே நிற்கிறீர்கள். முழங்கால் வரை நீர் இருக்கிறது. ஒரு பெரிய அலை உங்களை நோக்கி வருகிறது. உங்கள் உடல் மீது அந்த அலை மோதுகிறது.
- இப்போது, உடல் முழுவதும் நனைந்திருக்கிறது. உடல் முழுவதும் ஈரத்தை உணர்கிறீர்கள். மிகவும் சந்தோஷமாக இருக்கிறீர்கள்.
- இப்போது, அலை பின்னோக்கிச் செல்கிறது.
- காலுக்குக் கீழே இருக்கும் மணலும் நகர்கிறது.
- இந்த அனுபவமே உங்களுக்கு மகிழ்ச்சியைக் கொடுக்கிறது.
- மணல் நகரும்போது உங்கள் கால்களில் ஒருவித கூச்ச உணர்வு ஏற்படுகிறது. கால்களை வருடிவிடுவதுபோல் உணர்கிறீர்கள்.
- கடலின் இனிமையை அனுபவிக்கிறீர்கள்.
- இப்போது, உங்கள் உடல் முழுவதும் ஈரமாக இருக்கிறது.
- மேல் ஆடையின் குளிர்ச்சியை உணர்கிறீர்கள்.
- காற்றோடு சேர்ந்து ஈரத்தின் குளிர்ச்சி, உடலுக்கும் மனத்துக்கும் மகிழ்ச்சியைக் கொடுக்கிறது.
- இப்போது தண்ணீரை விட்டு மெதுவாக வெளியே வருகிறீர்கள். அருகே இருக்கும் அழகான தோட்டத்தைப் பார்க்கிறீர்கள். அதன் அழகால் ஈர்க்கப்படுகிறீர்கள். மனம் மேலும் குளிர்ச்சியாகிறது.
- தோட்டத்தில் இருக்கும் பச்சைப்புல் உங்கள் கண்களுக்கு இனிமையாகக் காட்சி கொடுக்கிறது.

- புல் மீது அடியெடுத்து வைக்கிறீர்கள். புல்லின் மீது காலை வைத்தவுடன் அதன் மென்மையான, வழவழப் பான தன்மையை உணர்கிறீர்கள்.
- தோட்டத்தில் கொஞ்ச நேரம் நடக்க வேண்டும்போல் உணர்கிறீர்கள். தோட்டத்தில் நீங்கள் நடக்கும்போது, தோட்டத்தின் இனிமையான சூழலை அனுபவிக் கிறீர்கள்.
- மெல்லிய புல்வெளி, குளிர்ச்சியான மர நிழல், பல நிறப் பூக்கள், பறவைகளின் ஓசை... என்ன ஓர் இனிமையான சூழல். மனம் நிறைவாக இருக்கிறது.
- இன்னும் கொஞ்ச நேரம் நடக்க வேண்டும்போல் தோன்றுகிறது. கொஞ்ச நேரம் நடந்து மனத்தை சந்தோஷப்படுத்துகிறீர்கள். மனம் மிகவும் லேசாக இருக்கிறது. மனம் நிறைவாக இருக்கிறது. பூரண நிம்மதி யாக இருக்கிறது.
- இப்போது மனம் அமைதியாக இருப்பதால், மீண்டும் உங்கள் அறைக்கு வர வேண்டும்போல் தோன்றுகிறது.
- நீங்கள் படுத்திருக்கும் அறைக்குத் திரும்ப வருகிறீர்கள்,
- மெதுவாக உங்கள் அறையை நீங்க உணரத் தொடங்கு கிறீர்கள்.
- உங்கள் அறையைச் சூழ்ந்திருக்கும் ஒலி, நீங்கள் படுத் திருக்கும் தரை விரிப்பு இவற்றை மெல்ல மெல்ல உணர் கிறீர்கள்.
- மெதுவாக, மெதுவாக உங்கள் உடல் முழுவதும் தரை யில் இருப்பதை உணரத் தொடங்குகிறீர்கள்.
- இப்போது, தரையில் இருப்பதை சரியாக, மிகச் சரியாக உணர்கிறீர்கள்.
- இப்போது, நீங்கள் முற்றிலும் தரையில் படுத்திருக் கிறீர்கள். முற்றிலும் தெளிவாக இருக்கிறீர்கள்.

இப்போது, ஒரு தீர்மானத்தை நீங்கள் சிறிது நேரம் திரும்பத் திரும்ப சொல்ல வேண்டும். அந்த தீர்மானம் உங்களுக்குப் புதிய தெம்பையும், மகிழ்ச்சியையும் கண்டிப்பாகக் கொடுக்கும்.

நாம் தெளிவாக இருக்கிறேன்...

நான் ஆரோக்கியமாக இருக்கிறேன்...

என் மனம் மகிழ்ச்சியாக இருக்கிறது.

இதுதான் அந்தத் தீர்மானம். மேற்கண்ட மூன்று வாக்கியங்களையும் திரும்பத் திருப்ப சொல்ல வேண்டும்.

சிறிது நேரத்துக்குப் பிறகு உங்கள் உடலும், மனமும் மிகவும் லேசாகிவிடும்.

என்ன அருமையான புத்துணர்வு எனக்குக் கிடைத்திருக்கிறது என்று இப்போது உணர்வீர்கள்.

இதுவரை, யோக நித்திரையின் மிக முக்கியான பகுதிகளை, உடல் அசைவற்ற நிலையில் நீங்கள் உணர்ந்து முடித்திருப்பீர்கள்.

அடுத்ததாக, யோக நித்திரையை முடிக்கும் முன், கால்களை ஒன்று சேருங்கள். கைகளை உடலோடு ஒட்டி வையுங்கள். உடலை வலது பக்கமாகச் சாய்த்து, இடது கையின் உதவியோடு எழுந்து உட்காருங்கள்.

கண்களைத் திறக்கும்முன், கைகளால் கண்களை மென்மையாகத் தடவிக் கொடுங்கள். இப்போது, மெதுவாக கண்களைத் திறக்கவும்.

இப்போது, உங்கள் கண்கள், உடல், மனம் எல்லாம் மிகப் பொலிவோடு இருப்பதை உணர்வீர்கள்.

இதுதான், யோக நித்திரைப் பயிற்சி. இதைத் தினமும் அரை மணி நேரம் செய்தால், அன்றைய தினம் முழுவதும் நீங்கள் மிகவும் புத்துணர்ச்சியோடு எல்லா வேலைகளையும் தெளிவாகவும், நிதானமாகவும், திறமையாகவும், வெற்றிகரமாகவும் முடிக்க முடியும்.

நோய்களும்/பிரச்னைகளும் அதற்கேற்ற ஆசனங்களும்

5

இந்தப் புத்தகத்தின் தலைப்பே நோய் தீர்க்கும் யோகாசனங்கள். அந்த வகையில், சில குறிப்பிட்ட நோய்கள் அல்லது பிரச்னைகளைத் தீர்ப்பதற்கான ஆசனங்கள் எவை எவை என்று இங்கே பட்டியல் இடப்பட்டுள்ளன. ஆசனங்களை எப்படிச் செய்வது என்பதும் இந்தப் புத்தகத்தில் படங்களுடன் தெளிவாக விளக்கப்பட்டுள்ளது.

யார் யாருக்கு என்னென்ன நோய்கள்/ பிரச்னைகள் உள்ளன என்பதைத் தெரிந்து கொண்டு அதற்கான ஆசனங்களைச் செய்தால், நோய் அல்லது பிரச்னையில் இருந்து மீளலாம். அதேநேரத்தில், ஏற்கெனவே இந்தப் புத்தகத்தில் குறிப்பிட்டுள்ளபடி, நேரடியாக இந்த நோய்க்கு இந்த ஆசனம் செய்தால் போதும் என்று யாரும் நினைத்து அவர்களாகவே ஆசனங்

களைச் செய்ய வேண்டாம். யாராவது ஒரு யோகாசன ஆசிரியரிடம் சென்று ஆலோசனை கேட்டு அதன்பிறகு தேவையான ஆசனங்களைச் செய்வது நல்லது.

சரி, அடுத்து நாம் என்னென்ன நோய்/பிரச்னைக்கு என்னென்ன ஆசனங்கள் என்பதைப் பார்ப்போம்.

நோய்/பிரச்னை	ஆசனங்கள்
நெஞ்சு எரிச்சல்	
சாப்பிட்ட உணவு செரிக்காமலும், உடலில் இருந்து கழிவுகள் வெளியேற்றப்படாமலும் இருந்தால், புளித்த ஏப்பம் ஏற்பட்டு மார்பு மற்றும் வயிற்றுக்கு இடையே ஏற்படும் எரிச்சல்தான் நெஞ்சு எரிச்சல்.	திரிகோணாசனம், பரிவிர்த திரிகோணாசனம், பார்சுவ கோணாசனம், பரிவிர்த பார்சுவ கோணாசனம், வீரபத்ராசனம், பாதாங்குஷ்டாசனம், சிரசாசனம், சர்வாங்காசனம், நவாசனம், ஜானு சிரசாசனம், பரிவிர்த் ஜானு சிரசாசனம், பஸ்சிமோத்தனா சனம், மரீச்சாசனம், அர்த்த மச்சேந்திராசனம், யோக நித்ரா, சலபாசனம், தனுராசனம், புஜங்காசனம், மயூராசனம், சக்ராசனம், பவன முக்தாசனம்
ரத்த சோகை	
ரத்தத்தில் சிவப்பணுக்கள் என்று சொல்லப்படும் ஹீமோகுளோபின் அணுக்களின் எண்ணிக்கை குறைவதுதான் ரத்த சோகை. அதிகக் களைப்பு, முகம் வெளிருதல், பசியின்மை, நடுக்கம் போன்றவை ரத்த சோகையின் அறிகுறிகள்.	சிரசாசனம், சர்வாங்காசனம், பஸ்சிமோத்தனாசனம், உஜ்ஜயி, நாடிசோதனா.
ஆர்த்ரைடிஸ்	
ரத்தத்தில் ரத்த சிவப்பணுக்கள் (ஹீமோகுளோபின்) எண்ணிக்கை குறைவதாலும், உணவில் கால்ஷியம் மற்றும்	பத்மாசனம், வஜ்ராசனம், திரிகோணாசனம், பரிவிர்த திரிகோணாசனம், பார்சுவ கோணாசனம், பரிவிர்த பார்சுவ

நோய்/பிரச்னை	ஆசனங்கள்
தாது உப்புகளின் சதவீதம் குறைவதாலும், எலும்புகள் மற்றும் மூட்டுகளில் ஏற்படும் பாதிப்புதான் ஆர்த்ரைடிஸ்.	கோணாசனம், வீரபத்ராசனம், பாதாங்குஷ்டாசனம், சிரசாசனம், சர்வாங்காசனம், அர்த்த மச்சேந்திராசனம், உஷ்ட்ராசனம், புஜங்காசனம், தனுராசனம், சக்ராசனம், சேதுபந்தாசனம், கோமுகாசனம், பத்த பத்மாசனம், விருக்ஷாசனம்.
ஆஸ்துமா	
நெஞ்சுப் பகுதியில் சளி அதிகமாகி சுவாசக்குழாய் மற்றும் நுரையீரலைப் பாதிக்கும். அப்போது, நுரையீரல் சுருங்கி விரிய முடியாமல்போவதால் ஏற்படும் பிரச்னைதான் ஆஸ்துமா எனப்படுகிறது.	சிரசாசனம், சர்வாங்காசனம், ஜானு சிரசாசனம், பஸ்சிமோத்தனாசனம், புஜங்காசனம், சலபாசனம், தனுராசனம், அதோமுக சுவானாசனம், பத்மாசனம், சேதுபந்தாசனம், அர்த்த மச்சேந்திராசனம், உஷ்ட்ராசனம், சக்ராசனம், உஜ்ஜயி, பிராணாயாமம், நாடி சுத்தி, பஸ்திரிகா.
முதுகு வலி	
நமது உடலின் பின்பகுதியான முதுகில் 33 எலும்புகள் உள்ளன. இவை, தேய் ந்திருந்தாலும், ஊட்டச்சத்துக் குறைபாடு மற்றும் முதுகு வளைந்த நிலையில் உட்காருவதால் முதுகு வலி ஏற்படுகிறது.	சிரசாசனம், சர்வாங்காசனம், திரிகோணாசனம், பரிவிர்த திரிகோணாசனம், பார்சுவ கோணாசனம், பரிவிருத பார்சுவ கோணாசனம், வீரபத்ராசனம், ஜானு சிரசாசனம், பரிவிர்த ஜானு சிரசாசனம், பஸ்சிமோத்தனாசனம், ஊர்துவமுக பஸ்சி மோத்தனாசனம், மரீச்சாசனம், அர்த்த மச்சேந்திராசனம், அதோமுக சுவானாசனம், உஷ்ட்ராசனம், சலபாசனம், தனுராசனம், சக்ராசனம்.

நோய்/பிரச்னை	ஆசனங்கள்
ரத்த அழுத்தம் இதயத் தசைகளின் சுருங்கி விரியும் தன்மை பாதிக்கப்படுவதால், இதயத்துக்குள் வந்த ரத்தம் வெளியே செல்வதில் ஏற்படும் பிரச்னைதான் ரத்த அழுத்தம் குறைபாடு. அதிகமான கோபம், எரிச்சல், கவலை, அதிக உடல் எடை, அஜீரணம் போன்றவற்றால் ரத்த அழுத்தப் பிரச்னை ஏற்படும்.	**உயர் ரத்த அழுத்தம்** வஜ்ராசனம், பத்மாசனம், பஸ்சி மோத்தனாசனம், ஜானு சிரசா சனம், ஹலாசனம், சவாசனம். **குறை ரத்த அழுத்தம்** சிரசாசனம், சர்வாங்காசனம், ஹாலாசனம், கர்ணபீடாசனம், பஸ்சிமோத்தனாசனம், வஜ்ராசனம், பத்மாசனம், நாடி சுத்தி.
ஞாபக மறதி மூளையில் இருக்கும் செல்களுக்கு சரியான அளவு ஆக்ஸிஜன் (பிராண வாயு) கிடைக்காததாலும், நரம்பு மண்டலங்களுக்கு சரியான ரத்த ஓட்டம் இல்லாததாலும் ஞாபக சக்தி குறைந்து ஞாபக மறதி ஏற்படுகிறது.	சிரசாசனம், சர்வாங்காசனம், பஸ்சிமோத்தனாசனம், ஊர்துவமுக பஸ்சிமோத்தனா சனம், பஸ்திரிகா, பிராணா யாமம்.
சளி - இருமல் சளி என்பது வெளியேற்றப்பட வேண்டிய இறந்த வெள்ளை அணுக்கள். உடலின் நோய் எதிர்ப்புச் சக்தி குறைவதால் இப்பிரச்னை ஏற்படுகிறது. உடல், தேவையற்ற கழிவுகளை தானே வெளியேற்றும் ஒரு முயற்சிதான் இருமல்.	சிரசாசனம், சர்வாங்காசனம், பஸ்சிமோத்தனாசனம், கூர்மாசனம், யோக நித்ரா, உஜ்ஜயி, பிராணாயாமம், சூர்ய பேதனா, சிம்மாசனம், சக்ராசனம்.
வயிற்று வலி உணவு சரியாகச் செரிக்கப்பட்டு அதன் சத்துகள் உடலில் கிரகிக்கப்பட்டு, கழிவுகள் வெளியேற்றப்பட வேண்டும்.	சிரசாசனம், சர்வாங்காசனம், பஸ்சிமோத்தனாசனம், வஜ்ராசனம், சுப்த வஜ்ராசனம், நவாசனம்.

நோய்/பிரச்னை	ஆசனங்கள்
உணவு செரிக்கப்படும் வேலை வயிற்றில் நடைபெறுகிறது. ஜீரணிக்க முடியாத உணவை, வயிறு கஷ்டப்பட்டு ஜீரணிக்க முயற்சிக்கும்போது ஏற்படும் ஓர் அசௌகரியம்தான் வயிற்று வலி.	
மலச்சிக்கல்	
ஜீரணமான உணவுக் கழிவு மற்றும் ஜீரணமாகாத உணவு போன்றவை உடலில் இருந்து வெளியேறுவதில் ஏற்படும் தடைதான் மலச்சிக்கல். தவறான உணவுப்பழக்கம், பசி இல்லாமல் சாப்பிடுவது, உடற்பயிற்சி செய்யாமல் இருப்பது போன்றவற்றால் இப்பிரச்னை ஏற்படும்.	திரிகோணாசனம், பரிவிர்த திரிகோணாசனம், பார்சுவ கோணாசனம், பரிவிர்த பார்சுவ கோணாசனம், வீரபத்ராசனம், பஸ்சிமோத்தனாசனம், யோக முத்ரா, வஜ்ராசனம், நாடி சுத்தி.
நீரிழிவு (சர்க்கரை நோய்)	
சாப்பிடும் உணவில் உள்ள சர்க்கரைச் சத்தை உடலுக்குத் தேவையான குளுக்கோஸ் சக்தியாக மாற்றுவதற்கு இன்சுலின் தேவை. இதைச் சுரப்பது கணையம். தேவையான அளவு இன்சுலின் சுரக்கப்படவில்லை என்றால், சர்க்கரைச் சத்து நேரடியாக ரத்தத்தில் கலந்துவிடும் அபாயம்தான் நீரிழிவு.	சிரசாசனம், சர்வாங்காசனம், ஜானு சிரசாசனம், பஸ்சி மோத்தனாசனம், வஜ்ராசனம், சலபாசனம், தனுராசனம், நவாசனம், மரீச்சாசனம், அர்த்த மச்சேந்திராசனம், சக்ராசனம், புஜங்காசனம்.
பேதி, சீதபேதி	
உணவு செரிக்கும் பணி பாதிக்கப் பட்டு, சாப்பிட்ட உணவு நஞ்சாக மாறிவிட்டால் அதை மலமாக உடல் உடனே வெளியேற்றும்.	சிரசாசனம், சர்வாங்காசனம், ஜானு சிரசாசனம், நாடி சுத்தி.

நோய்/பிரச்னை	ஆசனங்கள்
மலம் இளகி அதிக முறை வெளியேறினால் அதை பேதி என்றும், ரத்தமும் சளியும் கலந்து வெளியேறினால் அதை சீதபேதி என்றும் சொல்வார்கள்.	
வயிறு உப்புசம்	
ஜீரண உறுப்புகளின் உணவு செரிக்கும் தன்மை குறைந்துபோனால், சாப்பிட்ட உணவு செரிக்கப்படாமல் வயிற்றிலேயே தங்கிவிடும். அப்போது வயிறு உப்பி பெரிதாகத் தெரியும். அடிக்கடி ஏப்பம் வரும். அளவுக்கு அதிகமான உணவு, எண்ணெய்ப் பொருள்களால் இந்தப் பிரச்னை ஏற்படும்.	சிரசாசனம், சர்வாங்காசனம், திரிகோணாசனம், பார்சுவ கோணாசனம், பரிவிர்த திரி கோணாசனம், வீரபத்ராசனம், பாதாங்குஷ்டாசனம், ஜானு சிரசாசனம், கிரௌஞ்சாசனம், மரீச்சாசனம், நவாசனம், அர்த்த மச்சேந்திராசனம், சக்ராசனம், யோகமுத்ரா, கூர்மாசனம், யோக நித்ரா, சலபாசனம், தனுராசனம், மயூராசனம், ஒட்டியாணா.
வலிப்பு	
நரம்பு மண்டலம் பாதிக்கப்பட்டு, மூளைக்குச் செல்லும் ரத்த ஓட்டம் தடைபடும்போது வலிப்பு ஏற்படுகிறது. அதிக ஜுரம், கீழே விழுந்து நரம்பில் அடிபடுதல் போன்றவற்றால் இப்பிரச்னை ஏற்படும்.	சிரசாசனம், சர்வாங்காசனம், ஹலாசனம், பஸ்சிமோத்தனாசனம், உஜ்ஜயி, நாடி சுத்தி.
மூட்டு வீக்கம்	
ரத்தத்தில் இருந்து சிறுநீரகம் மூலம் கழிவாக வெளியேற்றப்பட வேண்டிய யூரிக் அமிலம், கணுக்கால் மூட்டுகளில் சேரும்போது மூட்டுகளில் வீக்கமும், வலியும் ஏற்படும்.	சிரசாசனம், சர்வாங்காசனம், திரிகோணாசனம், பரிவிர்த திரிகோணாசனம், பார்சுவ கோணாசனம், வஜ்ராசனம், கோமுகாசனம், பஸ்சிமோத்தனாசனம், பாதாங்குஸ்தாசனம், கிரௌஞ்சாசனம், மரீச்சாசனம், அர்த்த மச்சேந்திராசனம், ஹனுமனாசனம்.

நோய்/பிரச்னை	ஆசனங்கள்
வாய் துர்நாற்றம்	
உணவு சரியாக செரிக்கப்படாத நிலையில், புளித்த ஏப்பமும், மலச்சிக்கலும் ஏற்பட்டு வாய் துர்நாற்றம் ஏற்படும்.	சிரசாசனம், சர்வாங்காசனம், பஸ்சிமோத்தனாசனம், உஜ்ஜயி, ஷீதலி, ஒட்டியாணா.
தலைவலி	
நரம்புகளில் ரத்தம் ஓட்டம் தடைபடும்போது தலைவலி ஏற்படுகிறது. மலச்சிக்கல், மனக் கவலை போன்றவற்றாலும், சளி மற்றும் சைனஸ் பிரச்னையாலும் தலைவலி ஏற்படும்.	
குதிகால் வலி	
குதிகாலில் ஏற்படும் எலும்பு வளர்ச்சி, அதிக எடை மற்றும் பெண்களுக்குக் கர்ப்பப் பை பிரச்னைகளாலும் குதிகால் வலி ஏற்படும்.	சிரசாசனம், சர்வாங்காசனம், அதோமுக சுவானாசனம், வஜ்ராசனம், பத்த கோணாசனம், அர்த்த மச்சேந்திராசனம், கோமுகாசனம், ஊர்துவமுக பஸ்சிமோத்தனாசனம்.
குடல் இறக்கம்	
மலச்சிக்கலால் குடல் பகுதியில் ஏற்படும் பாதிப்புதான் குடல் இறக்கம் (ஹெர்னியா).	சிரசாசனம், சர்வாங்காசனம், அகர்ண தனுராசனம், அதோமுக சுவானாசனம், பாதாங்குஸ்தா சனம், கூர்மாசனம், நவாசனம், கிரௌஞ்சாசனம், ஹனுமனா சனம், யோக நித்ரா, சவாசனம்.
மலட்டுத்தன்மை	
ஊட்டச்சத்துக் குறைபாடு, நரம்புத் தளர்ச்சி, அதிகமாக விந்து வெளி யேறுதல் போன்றவற்றால் மலட்டுத்தன்மை ஏற்படும்.	சிரசாசனம், சர்வாங்காசனம், பஸ்சிமோத்தனாசனம், யோக முத்ரா, பத்த கோணாசனம், அர்த்த மச்சேந்திராசனம், ஹனுமனாசனம், யோக நித்ரா, சக்ராசனம்.

நோய்/பிரச்னை	ஆசனங்கள்
அஜீரணம்	
உணவு செரிக்காமல் வயிற்றிலேயே புளித்து கெட்டுவிடும். பசியில்லாமல் சாப்பிடுவது, உடற்பயிற்சி செய்யாமல் இருப்பது, உணவை நன்கு மென்று சாப்பிடாமல் அப்படியே விழுங்குவது போன்றவற்றால், உணவை வயிறு ஜீரணிக்க முடியாமல் கஷ்டப்படுவதுதான் அஜீரணம்.	சிரசாசனம், சர்வாங்காசனம், நவாசனம், சலபாசனம், தனுராசனம், பஸ்சிமோத்தனாசனம், அர்த்த மச்சேந்திராசனம், உஷ்ட்ராசனம், திரிகோணாசனம், பரிவிர்த திரிகோணாசனம்.
தூக்கம் இன்மை	
நரம்புகள் பாதிக்கப்பட்டு, உடல் தளர்ச்சி அடைவதால் ஏற்படும் பாதிப்புதான் தூக்கம் இன்மை. இதற்கு, மன உளைச்சல், கவலை போன்றவை முக்கியக் காரணங்கள்.	சிரசாசனம், சர்வாங்காசனம், பஸ்சிமோத்தனாசனம், உஷ்ட்ராசனம்.
சிறுநீரகப் பிரச்னை	
போதுமான அளவு தண்ணீர் குடிக்காமல் இருப்பது, உடலில் இருந்து கெட்டு நீர் வியர்வையாக வெளியேறாமல் இருப்பது போன்றவற்றால் சிறுநீரகம் பாதிக்கப்பட்டு, செயல் இழந்துபோகும்.	திரிகோணாசனம், பரிவிர்த திரிகோணாசனம், பார்சுவ கோணாசனம், வீரபத்ராசனம், பாதாங்குஸ்தாசனம், சிரசாசனம், சர்வாங்காசனம், அதோமுக சுவானாசனம், சலபாசனம், தனுராசனம், ஜானு சிரசானம், பரிவிர்த ஜானு சிரசாசனம், பஸ்சிமோத்தனாசனம், பத்த கோணாசனம், நவாசனம், அர்த்த மச்சேந்திராசனம், புஜங்காசனம், ஹனுமனாசனம், யோக நித்ரா, ராஜகபோதாசனம், சக்ராசனம், நடராஜாசனம், மரீச்சாசனம்.

நோய்/பிரச்னை	ஆசனங்கள்
அடிமுதுகு வலி	
முதுகின் கீழ்ப்பகுதியில் தண்டு வடத்தில் எல் 1 முதல் எல் 5 வரை உள்ள எலும்புகள் தேய்ந்து, குனிந்து, நிமிர முடியாத வகையில் வலி இருக்கும்.	நின்ற நிலையில் செய்யக்கூடிய அனைத்து ஆசனங்கள் (முன் பக்கம் குனியக்கூடிய ஆசனங்கள் தவிர) மற்றும் சலபாசனம், தனுராசனம், புஜங்காசனம், பூர்வதாசனம், மரீச்சாசனம், அர்த்த மச்சேந்திராசனம், சிரசாசனம், சர்வாங்காசனம், சக்ராசனம், பவன முக்தாசனம்.
மாதவிலக்குப் பிரச்னை	
பெண்கள் உடலில் ஹார்மோன்கள் சுரப்பில் ஏற்படும் விகிதாசார மாற்றங்களினால், கர்ப்பப்பையில் கட்டி, சினைமுட்டை உருவாவதில் பிரச்னை போன்றவற்றால், மாதவிலக்கில் பிரச்னைகள் ஏற்படும்.	சிரசாசனம், சர்வாங்காசனம், பஸ்சிமோத்தனாசனம், அதோமுக சுவானாசனம், பத்த பத்மாசனம், யோக முத்ரா, வஜ்ராசனம், மச்சாசனம், பத்த கோணாசனம், அர்த்த மச்சேந்திராசனம், சக்ராசனம், நாடி சுத்தி, பவன முக்தாசனம்.
ஒற்றைத் தலைவலி	
முகத்தில் உள்ள நரம்புகளில் தாங்கமுடியாத அளவுக்கு ஏற்படும் பாதிப்புதான் ஒற்றைத் தலைவலி. இதற்கு சளி மற்றும் சைனஸ் பிரச்னையும்தான் முக்கியக் காரணங்கள்.	சிரசாசனம், சர்வாங்காசனம், பஸ்சிமோத்தனாசனம், பத்த கோணாசனம், பாதாங்குஷ்டாசனம்.
நரம்புத் தளர்ச்சி	
அதிக டென்ஷன், மன உளைச்சல், கோபம் போன்றவற்றால் நரம்புத் தளர்ச்சி ஏற்படும்.	சிரசாசனம், சர்வாங்காசனம், பாதாங்குஷ்டாசனம், பஸ்சிமோத்தனாசனம், உஷ்ட்ராசனம், நாடி சுத்தி.

நோய்/பிரச்னை	ஆசனங்கள்
உடல் பருமன் அதிகக் கொழுப்புச்சத்து உள்ள உணவைச் சாப்பிடுவது, உடற்பயிற்சி செய்யாமல் இருப்பது போன்றவற்றால் உடல் எடை அதிகரிக்கும். ஒரு சிலருக்கு, ஹார்மோன் பிரச்னைகள் மற்றும் பரம்பரைக் காரணங்களாலும் உடல் பருமன் அதிகரிக்கும்.	நின்ற நிலையில் செய்யக்கூடிய அனைத்து ஆசனங்கள் மற்றும் சிரசாசனம், சர்வாங்காசனம், சக்ராசனம், நவாசனம், ஜானு சிரசாசனம், பஸ்சிமோத்தனாசனம், மரீச்சாசனம், அர்த்த மச்சேந்திராசனம், சலபாசனம், தனுராசனம், புஜங்காசனம்.

சூரிய நமஸ்காரம்

6

உலகுக்கு ஒளியையும், சக்தியையும் தரக்கூடிய சூரியனை வணங்குவதுதான் சூரிய நமஸ்காரம் என்று சொல்லப் படுகிறது. பொதுவாக, சூரிய நமஸ் காரத்தைக் காலையில் செய்வதுதான் நல்லது. மேலும், யோகாசனங்கள் செய்வதாக இருந்தால், அவற்றுக்கு முன் இந்த சூரிய நமஸ்காரத்தைச் செய்து விட்டு, அதன்பிறகு ஆசனங்களைச் செய் தால் மிகவும் நல்லது. சூரிய நமஸ்காரம் செய்யும்போது, மனம், உடல், மூச்சு ஆகிய மூன்றின் செயல்திறன் சீராகும்.

சூரிய நமஸ்காரம், பன்னிரெண்டு நிலை களைக் கொண்டது. சூரிய நமஸ்காரம் செய்யும்போது ஒவ்வொரு நிலையிலும் சரியான சுவாசம் இருக்க வேண்டும். அப்போதுதான், சூரிய நமஸ்காரத்தின் முழுமையான பலன்கள் கிடைக்கும்.

அடுத்து, சூரிய நமஸ்காரத்தின் பன்னிரெண்டு நிலைகளையும் ஒவ்வொன்றாக எப்படி செய்வது என்று பார்ப்போம்.

முதல் நிலை :

இரண்டு கைகளையும் மார்புக்கு நேராகக் குவித்து வைத்துக்கொள்ள வேண்டும். கால்கள் இரண்டையும் சேர்த்துவைத்து, முதுகும் தோள் பகுதியும் நேராக இருக்க வேண்டும். மார்புகள் விரிந்து இருக்க வேண்டும். மூச்சை மெதுவாக இழுத்து, பிறகு எந்தப் பதற்றமும் இல்லாமல் மூச்சை வெளிவிடவும். இப்படி மூன்று முறை செய்யவும்.

இரண்டாவது நிலை :

மூச்சை இழுத்துக்கொண்டே, இரண்டு கைகளையும் உயர்த்தி, முதுகைப் பின்பக்கம் வளைக்கவும். அதாவது, முதுகு, கழுத்து, தலை, கைகள் அனைத்தும் பின்பக்கமாகச் சாய்ந்திருக்க வேண்டும். ஆனால், கால் முதல் இடுப்பு வரை, உடல்பாகம் நேராக இருக்க வேண்டும்.

மூன்றாவது நிலை :

மூச்சை வெளிவிட்டுக்கொண்டே, முன்பக்கமாகக் குனிய வேண்டும். உள்ளங்கைகள், தரையில் நன்றாகப் பதிந்திருக்க வேண்டும். கால்களும் வளையாமல் நேராக இருக்க வேண்டும். நெற்றியால் கால் முட்டியைத் தொடவும்.

நான்காவது நிலை :

இரண்டு கைகளையும் தரையில் நன்றாகப் பதிய வைத்து, மூச்சை உள் இழுத்துக்கொண்டே வலது காலை பின்பக்கமாக நீட்டவும். பிறகு, தலையே மேலே உயர்த்திப் பார்க்கவும்.

ஐந்தாவது நிலை :

மூச்சை உள்ளே இழுத்து நிறுத்தியபடி, இடது காலையும் பின்பக்கமாக நீட்டி வலது காலோடு சேர்த்து வைக்கவும். தலை நேராக இருக்க வேண்டும்.

ஆறாவது நிலை :

மூச்சை வெளிவிட்டுக்கொண்டே, தரையில் விழுந்து வணங்குவதுபோல் படுக்கவும். ஆனால், முகம், மார்பு, கால்

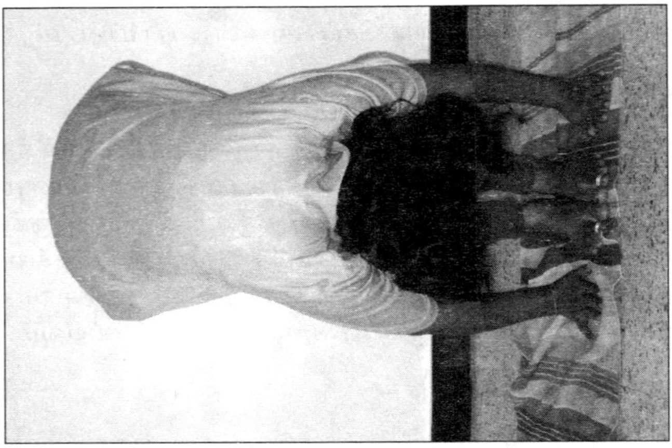

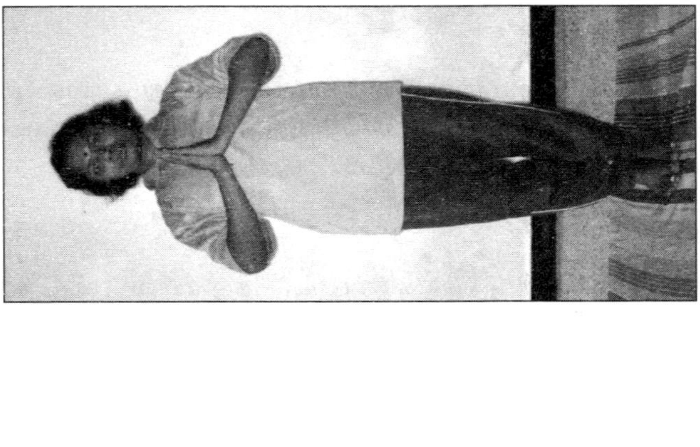

முட்டி, கால் விரல்கள் மட்டுமே தரையில் பதிந்திருக்க வேண்டும். வயிறு, தரையில் படக் கூடாது.

ஏழாவது நிலை :

மூச்சை உள் இழுத்துக்கொண்டே, தலை, கழுத்து, மார்பை மேலே உயர்த்திப் பார்க்க வேண்டும். இடுப்பில் இருந்து கால் பகுதி வரை தரையில் இருக்க வேண்டும். கைகள் இரண்டும் தரையில் நன்றாகப் பதிந்திருக்க வேண்டும்.

எட்டாவது நிலை :

மூச்சை வெளிவிட்டுக்கொண்டே கைகளை அசைக்காமல், இடுப்பை அப்படியே மலைபோல் உயர்த்த வேண்டும். கால் பாதங்கள் தரையில் பதிந்திருக்க வேண்டும். தலையைக் குனிந்து, கால் முட்டியைப் பார்க்க வேண்டும்.

ஒன்பதாவது நிலை :

மூச்சை உள் இழுத்துக்கொண்டே, தரையில் பதிந்திருக்கும் இரு கைகளுக்கு இடையே வலது காலைக் கொண்டு வந்து வைக்கவும். இடது கால் அதே இடத்தில் இருக்க வேண்டும். உள்ளங்கைகள் இருக்கும் நேர்க்கோட்டில் வலது கால் பாதம் இருக்க வேண்டும். பிறகு, தலையை உயர்த்தி மேலே பார்க்கவும். இது கிட்டத்தட்ட, நான்காவது நிலைபோல் இருக்கும்.

பத்தாவது நிலை :

மூச்சை வெளிவிட்டுக்கொண்டே, இடது காலைக் கொண்டுவந்து வலது காலுக்குப் பக்கத்தில் வைத்து குனிந்தபடி நிற்கவும். முகம், முட்டியில் பதிய வேண்டும். இது, மூன்றாவது நிலைபோல் இருக்கும்.

பதினொன்றாம் நிலை :

மூச்சை உள் இழுத்துக்கொண்டே, கைகளை உயர்த்தி நிமிர்ந்து அப்படியே பின்பக்கமாக வளையவும். தலை, கழுத்து, முதுகு மூன்றும் பின்பக்கமாக வளைந்திருக்கும். இது, இரண்டாவது நிலைபோல் இருக்கும்.

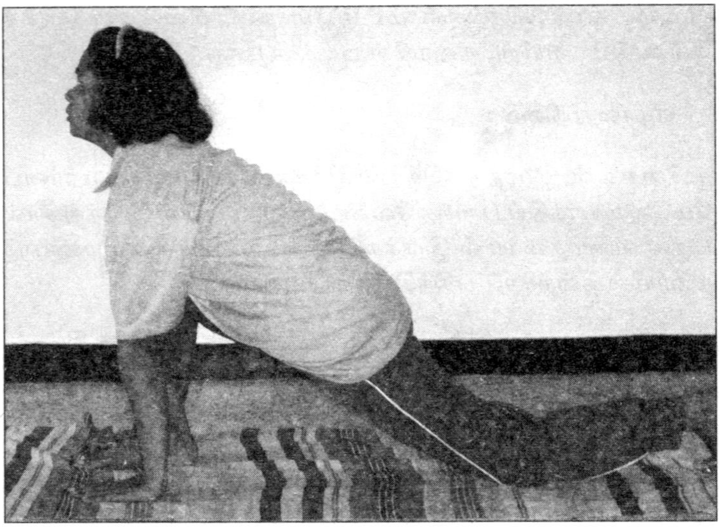

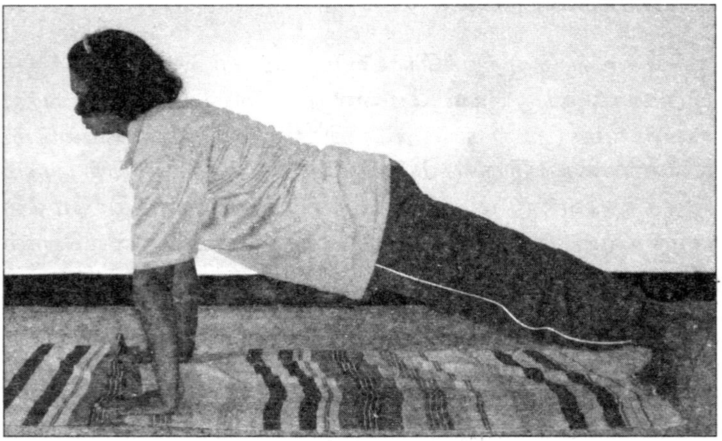

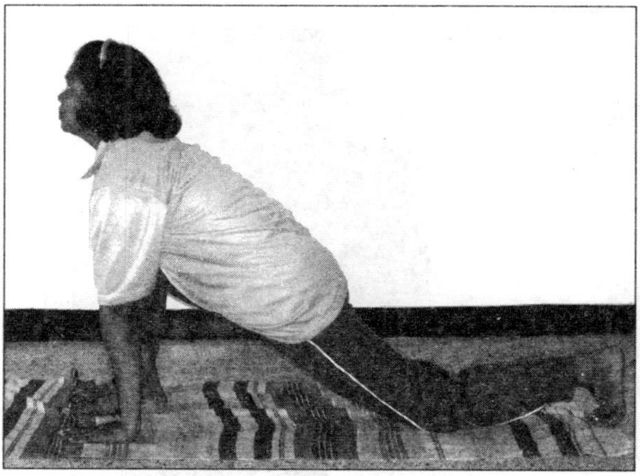

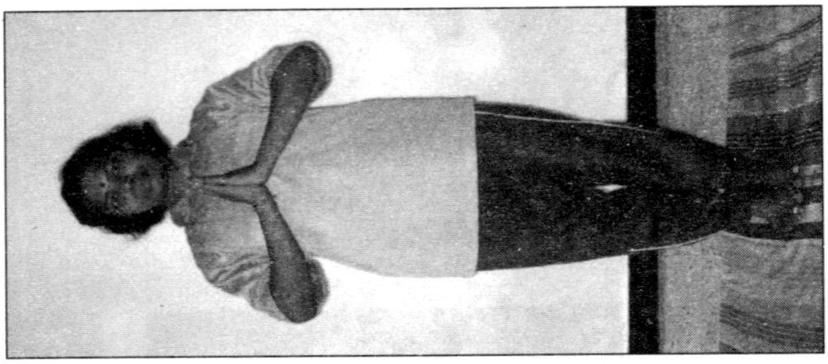

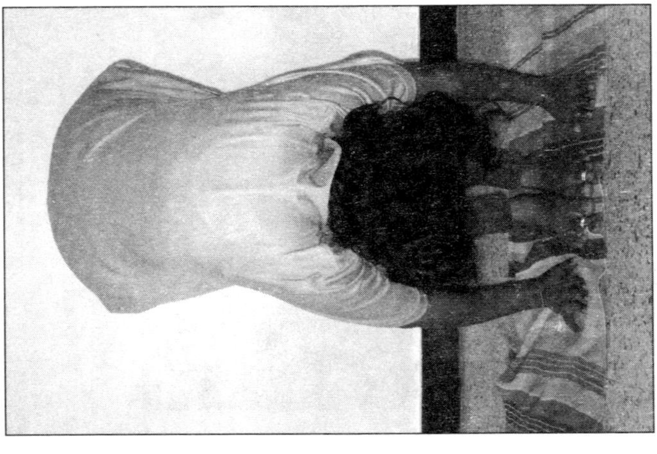

பன்னிரெண்டாம் நிலை :

மூச்சை வெளிவிட்டுக்கொண்டே, நேராக நிமிர்ந்து, முதுகு, தலை, கழுத்து, இடுப்பு மற்றும் கால்கள் அனைத்தும் நேர்க்கோட்டில் இருக்கும்படி வைக்கவும். கைகள் இரண்டையும் குவிந்து வணக்கம் செய்யவும்.

மேற்கண்ட பன்னிரெண்டு நிலைகளையும் மீண்டும் ஒரு முறை செய்யவும். அப்போது, நான்காவது நிலை செய்யும் போது, முதலில் இடது காலை பின்பக்கமாக நீட்டவும். அதேபோல், ஒன்பதாவது நிலையில், முதலில் இரண்டு கைகளுக்கு இடையே இடது காலைக் கொண்டுவந்து வைக்கவும்.

இப்படி, இந்த பன்னிரெண்டு நிலைகளையும் இரண்டு முறை செய்தால், சூரிய நமஸ்காரத்தின் ஒரு சுற்று நிறைவடையும். யோகாசனங்கள் செய்வதற்கு முன், சூரிய நமஸ்காரத்தைக் குறைந்தது மூன்று சுற்றுகள் செய்வது மிகவும் அவசியம்.

சூரிய நமஸ்காரத்தின் பலன்கள் :

ஒரு முறை சூரிய நமஸ்காரம் செய்யும்போது, அர்த்தசக்ராசனம், பாதஹஸ்தாசனம், தண்டாசனம், புஜங்காசனம், அதோமுகசுவானாசனம் என பல ஆசனங்களின் பலன்கள் ஒரே நேரத்தில் கிடைக்கின்றன.

சூரிய நமஸ்காரம் செய்யும்போது மிக முக்கியமாக முதுகு நன்றாக வளைக்கப்படுகிறது. இடுப்பின் முன்பக்கம் மற்றும் பின்பக்கம் நன்றாக வலுப்படுகிறது.

நமது உடலில் உள்ள முக்கிய சக்கரங்களான மூலாதாரம், சுவாதிஷ்டானம், மணிபூரகம், அனாஹதம், விசுத்தி, ஆக்ஞை மற்றும் சஹஸ்ரஹாரம் அனைத்தும் நன்றாக இயக்கப்படுகிறது. இதன்மூலம், சுவாசமும் ரத்த ஓட்டமும் சீராகி, ஜீரண மண்டல உறுப்புகள் நன்றாகச் செயல்பட்டு உடலில் உள்ள கழிவுகள் வெளியேற்றப்படுகின்றன. இதனால், மலச் சிக்கல், நரம்புத் தளர்ச்சி, மாதவிலக்குக் கோளாறுகள், உடல் பருமன் போன்ற பிரச்னைகள் வராமல் தடுக்கப்படுகின்றன.